AF664560

പി. സുരേന്ദ്രൻ

1961 നവംബർ 4ന് മലപ്പുറം ജില്ലയിലെ ആനക്കയം പഞ്ചായത്തിലുള്ള പാപ്പിനിപ്പാറ എന്ന ഗ്രാമത്തിൽ ജനിച്ചു. അച്ഛൻ: പി. കുമാരൻനായർ, അമ്മ: സരോജിനിയമ്മ. 1983ൽ ടി.ടി.സി. പാസായി. 32 വർഷം അധ്യാപകനായിരുന്നു. 1981ൽ മാതൃഭൂമി ആഴ്ചപ്പതിപ്പ് നടത്തിയ കഥാമത്സരത്തിൽ ഒന്നാംസമ്മാനം ലഭിച്ചു. 1988ൽ കേരള സാഹിത്യ അക്കാദമിയുടെ സഹായത്തോടെ കർണ്ണാടകത്തിലെ ദേവദാസി സമ്പ്രദായത്തെക്കുറിച്ച് പഠനം നടത്തി. ഇന്ത്യയിലും നേപ്പാളിലുമൊക്കെ വിപുലമായി സഞ്ചരിച്ച് ഒട്ടേറെ യാത്രാലേഖനങ്ങൾ പ്രസിദ്ധീകരിച്ചു. 1999ൽ കേന്ദ്രസാഹിത്യ അക്കാദമിയുടെ ട്രാവൽ ഗ്രാന്റ് ഉപയോഗിച്ച് ബുദ്ധകേന്ദ്രങ്ങളിലൂടെ സഞ്ചരിച്ചു. ചിത്രകല, ശില്പകല, വാസ്തുശില്പകല എന്നീ വിഷയങ്ങളിലും ധാരാളം ലേഖനങ്ങൾ പ്രസിദ്ധീകരിച്ചിട്ടുണ്ട്. കഥകളുടെ ഇംഗ്ലീഷ് പരിഭാഷകൾ സൺഡെ ഹെറാൾഡ്, ഇന്ത്യൻ ലിറ്ററേച്ചർ, ചന്ദ്രഭാഗ, വേൾഡ്‌വേ ക്ലാസിക്ക്, പയനീർ, എൻ.ബി.ടി. ആന്തോളജി, മലയാളം ലിറ്ററി സർവ്വെ എന്നിവയിൽ പ്രസിദ്ധീകരിച്ചു. ബ്രിട്ടീഷ് കൗൺസിൽ പ്രസിദ്ധീകരിച്ച ROUTS: Representation of the west in short fiction from South India in translation എന്ന പുസ്തകത്തിലും കഥ ഉൾപ്പെടുത്തിയിട്ടുണ്ട്. കന്നടയിലേക്കും ഹിന്ദിയിലേക്കും കഥകൾ വിവർത്തനം ചെയ്യപ്പെട്ടിട്ടുണ്ട്. മികച്ച കഥയ്ക്കുള്ള മൾബറി പുരസ്കാരം (ബർമുഡ), മികച്ച കഥാസമാഹാരത്തിനുള്ള അങ്കണം അവാർഡ് (ബർമുഡ), എസ്.ബി.ഐ. അവാർഡ് (ബർമുഡ), മികച്ച നോവലിനുള്ള അബുദാബി ശക്തി അവാർഡ് (മായാപുരാണം), ചെറുകഥയ്ക്ക് സാഹിത്യ അക്കാദമി അവാർഡ് (ജലസന്ധി), ഓടക്കുഴൽ അവാർഡ് (ചൈനീസ് മാർക്കറ്റ്), യാത്രാവിവരണത്തിൽ സാഹിത്യ അക്കാദമി അവാർഡ് (ഗ്രാമപാതകൾ), പത്മരാജൻ പുരസ്ക്കാരം (കഥ - ഗൗതമവിഷാദയോഗം) എന്നിവ ലഭിച്ചു.

കൃതികൾ: പിരിയൻ ഗോവണി, ഭൂമിയുടെ നിലവിളി, ഹരിതവിദ്യാലയം, കറുത്തപ്രാർത്ഥനകൾ, ബർമുഡ, ആഴത്തിന്റെ നിറം, അഭയാർത്ഥികളുടെ പൂന്തോട്ടം, അറുപത്തിനാലു ചെറുകഥകൾ, ജലസന്ധി (കഥാസമാഹാരം), മഹായാനം, സാമൂഹ്യപാഠം, മായാപുരാണം, കാവേരിയുടെ പുരുഷൻ, ജൈവം, ജിനശലഭങ്ങളുടെ വീട് (നോവലുകൾ), രാസലീല (ഗീതഗോവിന്ദത്തിന്റെ പരിഭാഷ).

ഭാര്യ: സുജാത, മക്കൾ: ജയദേവൻ, നിഖിലചന്ദ്രൻ

വിലാസം: പ്രാർത്ഥന, വട്ടംകുളം - 679 578, മലപ്പുറം ജില്ല, ഫോൺ: 9447645840

Malayalam Language
Samuhyapadam
(Novel)
P Surendran

♦

Published in February 2018
by Kairali Books Private Limited
Thalikkavu Road, Kannur.
Ph : 0497-2761200
E-Mail : Kairalibooksknr@gmail.com

♦

Illustrations
Gopi P.S.

♦

Cover Design
Girish Macreri

♦

Price ₹: 160.00
84/17-18/Sl.No.976/500/NS 18.6
ISBN.978-93-86822-67-3

സാമൂഹ്യപാഠം

പി സുരേന്ദ്രൻ

കൈരളി ബുക്സ്

സാമൂഹ്യപാഠത്തിന്റെ പ്രത്യയശാസ്ത്രഘടന

ബി. രാജീവൻ

അധികാരബന്ധങ്ങളുടെ സാങ്കേതികവിദ്യ പ്രവർത്തിക്കുന്നത് ഒട്ടേറെ വ്യവഹാരമണ്ഡലങ്ങൾ ചേർന്നു രൂപപപ്പെടുന്ന ഒരു മഹാവ്യൂഹമായിട്ടാണ്. ഈ വ്യവഹാരമണ്ഡലങ്ങളിൽ പലതിനെയും ഒരുമിച്ചു നേരിടാൻ പോന്ന ഒരു പ്രതിവ്യവഹാര (Counter Discourse)ത്തിന്റെ മാതൃകയാണ് പി. സുരേന്ദ്രന്റെ 'സാമൂഹ്യപാഠം.'

അധീശവർഗം പ്രത്യയശാസ്ത്രപരവും രാഷ്ട്രീയവുമായ എന്തെല്ലാം മർദ്ദനോപകരണങ്ങൾ പ്രയോഗിച്ചാലും അവയ്ക്കൊന്നും മെരുക്കിയെടുക്കാനാവാത്ത, മനുഷ്യന്റെ സാമൂഹികമായ സർഗാത്മകതയുടെ മൂർത്തമായ പ്രകീർത്തനമാണ് ഈ കൃതിയുടെ ഏറ്റവും ആഴത്തിൽ നടക്കുന്ന സംഭവം. ജനജീവിതത്തിൽനിന്നും അന്യവൽക്കരിക്കപ്പെട്ട രാഷ്ട്രീയാധികാരം അതിന്റെ നഗ്നവും ഭീകരവുമായ രൂപത്തിൽ ഒരു ജനതയുടെമേൽ വന്നു ഭവിക്കുന്നതിന്റെയും അതിനെതിരെ ആ ജനത നടത്തുന്ന ചെറുത്തുനില്പിലൂടെ സ്വന്തം അടിമത്തബോധത്തെ കുടഞ്ഞുണർത്തുന്നതിന്റെയും ഒരന്യാപദേശകഥനത്തിന്റെ രൂപത്തിലാണ് ഈ കൃതി പ്രവർത്തിക്കുന്നത്.

അന്യവൽക്കരിക്കപ്പെട്ട അധികാരത്തിന്റെ നഗ്നവാഴ്ചയ്ക്കു കീഴിലെ മനുഷ്യജീവിതം ഫ്രാൻസ്കാഫ്ക മുതൽ ഗബ്രിയേൽ ഗാർസ്യ മാർകേസ്വരെ പലരും ഇത്തരത്തിൽ ചിത്രീകരിച്ചിട്ടുള്ളതാണ്.

ആവരണങ്ങൾ നീക്കി പുറത്തുവരുന്ന കേന്ദ്രീകൃതാധികാരത്തിന്റെ നഗ്നമായ ഫാസിസത്തെ നേരിട്ടുതന്നെ പ്രമേയമാക്കുന്ന നോവലുകളും സിനിമകളും ഇന്നും പുറത്തുവന്നുകൊണ്ടിരിക്കുകയും ചെയ്യു

ന്നു. എന്നാൽ, സുരേന്ദ്രൻ ആഖ്യാനത്തിനായി തിരഞ്ഞെടുത്ത ഉപാധി വളരെ പ്രത്യേകതകളുള്ള ഒന്നാണ്. കുട്ടികളെ പുതിയ ഭാഷ പഠിപ്പിക്കുവാനും പുതിയൊരു യുക്തിഘടനയ്ക്കു വിധേയരാക്കാനും ശ്രമിക്കുന്ന ഒരു സ്കൂളിലെ ശിക്ഷണസമ്പ്രദായത്തിന്റെ മാതൃകയാണത്. ആധുനികമുതലാളിത്ത പൗരസമൂഹത്തിലെ അധികാരബന്ധങ്ങളുടെ അദൃശ്യമായ ആവാസഘടനകളിലേക്ക് മനുഷ്യശരീരങ്ങളെ തിരുകിക്കൊള്ളിക്കുന്നതിനും സാമൂഹ്യസ്ഥാപനങ്ങളിൽ അവയെ ഭദ്രമായി വിന്യസിക്കുന്നതിനും ഇന്നോളം കണ്ടുപിടിക്കപ്പെട്ടിട്ടുള്ളതിൽവെച്ച് ഏറ്റവും സമർത്ഥമായ ഉപകരണമാണ് സ്കൂൾ. പ്രത്യയശാസ്ത്രപരമായ ഭരണകൂടോപകരണ (Ideological State Apparatus)മെന്ന നിലയിൽ സ്കൂൾ എങ്ങനെയെല്ലാം പ്രവർത്തിക്കുന്നുവെന്നത് ഇതിനകം തന്നെ വിശദമായ പഠനങ്ങളിലൂടെ വെളിവാക്കപ്പെട്ടു കഴിഞ്ഞിട്ടുണ്ട്.

സ്കൂൾ സ്കൂളായിട്ടല്ല, സമഗ്രാധികാരപ്രയോഗത്തിന്റെ പ്രതീകമായിട്ടാണ് ഈ നോവലിൽ പ്രത്യക്ഷപ്പെടുന്നത്. അങ്ങനെ അധികാരപ്രയോഗത്തിന്റെ ഏറ്റവും മികച്ച സ്ഥാപനത്തെത്തന്നെ സമഗ്രാധികാരപ്രയോഗത്തിന്റെ പ്രതീകമായി സുരേന്ദ്രനു കണ്ടെത്താൻ കഴിഞ്ഞു എന്നതാണ് കലാപരമായ ഒരു പ്രതിവ്യവഹാരമെന്ന നിലയിൽ ഈ കൃതിയെ ഭിന്നതലങ്ങളും ഭിന്നമാനങ്ങളും ഉള്ള ഒന്നാക്കി മാറ്റുന്ന വസ്തുത.

പ്രകൃതിസത്യങ്ങളെന്നപോലെ, അത്രമേൽ സഹജവും നിഷ്ക്കളങ്കവുമെന്നു കരുതപ്പെട്ടിരുന്ന പലതും കൃത്രിമനിർമ്മിതകളാണെന്നും അവയിലെല്ലാം വ്യക്തമായ താല്പര്യങ്ങൾ ശക്തമായി പ്രവർത്തിക്കുന്നുണ്ടെന്നും കണ്ടെത്താൻ തുടങ്ങിയിരിക്കുന്ന ഒരു കാലത്താണ് നാം ജീവിക്കുന്നത്. അധികാരവും ഭാഷയും തമ്മിലും അധികാരവും ജ്ഞാനവും തമ്മിലും വേർതിരിക്കാനാവാത്തവിധം നിലനിൽക്കുന്ന ബന്ധങ്ങളുടെ സാങ്കേതികതന്ത്രങ്ങൾ ഇപ്പോൾ വെളിവാക്കപ്പെട്ടിട്ടുണ്ട്. അങ്ങനെ നിഷ്ക്കളങ്കമെന്നു കരുതപ്പെട്ടിരുന്ന പലതിനെയും നാമിന്നു ചോദ്യം ചെയ്യാൻ തുടങ്ങിയിരിക്കുന്നു. സുരേന്ദ്രന്റെ സാമൂഹ്യപാഠം വായിച്ചുപോകുമ്പോൾ അതിന്റെ പിന്നിൽ പ്രവർത്തിക്കുന്ന അധികാരവ്യവഹാരങ്ങളിലൂടെ നാം നേരിട്ടു കടന്നുപോകുന്ന അനുഭവമാണുണ്ടാകുന്നത്. ഭാഷ, ജ്ഞാനം, സ്ഥലകാലങ്ങൾ, ചലനരീതികൾ ഇവയുടെ എല്ലാം മറുപുറമാണ് ഈ നോവലിൽ നാം അനുഭവിക്കുന്നത്.

മൈക്കേൽ ഫൂക്കോ Discipline and Punish എന്ന പേരിൽ ഇവ

യുടെ എല്ലാം പിന്നിൽ മറഞ്ഞിരിക്കുന്ന അധികാരബന്ധങ്ങളുടെ സാങ്കേതികശാസ്ത്രം അഴിച്ചു പരിശോധിക്കുന്ന ഒരു ഗ്രന്ഥം എഴുതിയിട്ടുണ്ട്. ഭാഷയും ജ്ഞാനവും ബൂർഷ്വാ സിവിൽ സമൂഹത്തിലെ പൗരന്മാരുടെ ആത്മസത്തയെ നിർമ്മിക്കുന്നതിനുള്ള ഉപാധികളായിത്തീരുന്നതെങ്ങനെയെന്ന് ഫുക്കോ വിവരിക്കുന്നുണ്ട്. പുതിയ സ്ഥലകാലഘടന രൂപീകരിക്കപ്പെടുന്നതിന്റെയും അതിനുള്ളിൽ മനുഷ്യശരീരത്തിന്റെ ചലനങ്ങൾ ഉൾക്കൊള്ളിക്കപ്പെടുന്നതിന്റെയും വിശദമായ അപഗ്രഥനം ഫൂക്കോ നടത്തുന്നുണ്ട്. 'സാമൂഹ്യപാഠം' വായിക്കുമ്പോൾ ഫൂക്കോ അപഗ്രഥിക്കുന്ന അധികാരബന്ധങ്ങളുടെ സാങ്കേതികശാസ്ത്രം ഒരു കലാസൃഷ്ടിയുടെ തലത്തിൽ ഉദ്ഗ്രഥിക്കപ്പെട്ടിരിക്കുന്ന ഒരു പ്രതീതിയാണുണ്ടാവുന്നത്. പ്രത്യയശാസ്ത്രപരമായ ഭരണകൂടോപകരണങ്ങൾതന്നെ സൂക്ഷ്മമമായ അപഗ്രഥനത്തിന് വിധേയമാക്കപ്പെടുന്ന ഒരു ജ്ഞാനമണ്ഡലത്തിലാണ് 'സാമൂഹ്യപാഠം' ഒരു നോവലെന്ന നിലയിൽ പ്രവർത്തിക്കുന്നതെന്നർത്ഥം.

ഭാഷ ആശയവിനിമയത്തിനുള്ള ബാഹ്യമായ ഒരുപകരണം മാത്രമല്ല. ഭാഷ അതുപയോഗിക്കുന്ന ജനങ്ങൾ ജീവിക്കുന്ന ലോകത്തിന് അതിരും ആകൃതിയും അർത്ഥവും കൊടുക്കുന്ന ഒരു ഭൗതികഘടനയാണ്. ഒരു ജനതയുടെ ബോധവും അബോധവും അവരുടെ ഭാഷയിലൂടെയാണ് രൂപപ്പെടുന്നത്. ആധുനിക സിവിൽ സമൂഹത്തിലെ പൗരന്റെ സാമാന്യബുദ്ധിയുടെ വാഹകമായി, ഗദ്യമായി ഭാഷ സാമാന്യവത്ക്കരിക്കപ്പെടുമ്പോൾ ഭാഷയുടെ അവബോധം തന്നെ അതിനെതിരെ കലാപം ചെയ്തുതുടങ്ങും. ഭാഷയിൽ നടക്കുന്ന ഇത്തരം നൈസർഗികകലാപങ്ങൾ സാഹിത്യസൃഷ്ടികളിലൂടെയാണ് പ്രകടനരൂപം കൈക്കൊള്ളുന്നത്. ഭാഷാപഠനം അടിച്ചേൽപ്പിക്കപ്പെടുന്ന അപരിചിതമായ ഒരന്യജീവിതശൈലിയുടെ പ്രതീകമായിട്ടാണ് സാമൂഹ്യപാഠത്തിൽ ആദ്യംതന്നെ പ്രത്യക്ഷപ്പെടുന്നത്; അന്യവത്ക്കരിക്കപ്പെട്ട അധികാരത്തിന് ജനങ്ങളിലേക്ക് കടന്നുവരാനുള്ള ആദ്യത്തെ പടവെന്നപോലെ.

അടുത്തത് സ്ഥലകാലവ്യവഹാരങ്ങളുടെ രൂപീകരണവും നിയന്ത്രണവുമാണ്. മുതലാളിത്ത സമൂഹത്തിലെ സ്ഥലവും കാലവും മനുഷ്യശരീരചലനങ്ങളെ നിയന്ത്രിക്കുന്നതിനുള്ള നിർമ്മിതികളാണ്. അധീശവർഗം അതിന്റെ ആധിപത്യം ഉറപ്പാക്കാൻ പോന്ന ഒരു സ്ഥലകാലഘടനയ്ക്കു രൂപം കൊടുക്കുന്നു എന്നർത്ഥം.

സ്കൂളിലെ പുതിയ കാലത്തിന്റെ ഉൽപാദനവും നിയന്ത്രണവും

ഏറ്റെടുക്കുന്ന വലിയ ഓട്ടുമണിയുടെ പ്രവർത്തനം ഈ നോവലിന്റെ ആഖ്യാനഘടനയിലെ ഒരു പ്രധാന ഘടകമാണ്. ഈ മണി നിശ്ചല മാക്കിക്കൊണ്ട് കീഴാളരുടെ കാലബോധത്തെ കവർന്നെടുക്കാനും, അവരെ ഒഴുക്കറ്റു നിൽക്കുന്ന കാലത്തിന്റെ ഇരുട്ടറയിൽ തളച്ചിടാനും ഒടുവിൽ അധികാരികൾക്ക് കഴിയുന്നുണ്ട്. യോഹന്നാൻ എന്ന കൂനൻകുട്ടി, തന്റെ മുതുകിലെ കൂനിനെ ഒരു മിഥ്യാസങ്കൽപത്തെയെ ന്നപോലെ വലിച്ചെറിഞ്ഞുകൊണ്ട് എത്തിപ്പിടിച്ച് ആഞ്ഞുവലിക്കുന്ന തോടെ പുതിയൊരു കാലപ്രവാഹം ആരംഭിക്കുകയും ചെയ്യുന്നു. കാല ത്തിന്റെ നിർമ്മിതഘടനയും സാമൂഹ്യവ്യവസ്ഥകളും തമ്മിലുള്ള ബന്ധ ത്തിന്റെ മറച്ചുവെക്കപ്പെട്ട മറുപുറമാണ് ഇവിടെയും നാം കാണുന്ന ത്.

കീഴാളക്കുട്ടികളെ ഭാഷയും സാമൂഹ്യപാഠവും പഠിപ്പിക്കാൻ ശ്രമി ക്കുന്ന സ്കൂളിലെ അധ്യാപകനിൽ തുടങ്ങി മുകളിലേക്കുയർന്നുപോ കുന്ന ഭീകരമായ അധികാരശ്രേണിയും അതിന്റെ ഉന്നതകേന്ദ്രബിന്ദു വായ നേതാജിയുംവരെയുള്ള പിരമിഡൻ ഘടനയുടെ രാഷ്ട്രീയകേ ന്ദ്രീകരണത്തിന്റെ വിവിധരൂപങ്ങളെ ഒരേസമയം അനുഭവിപ്പിക്കാനും ഈ കൃതിക്കു കഴിയുന്നുണ്ട്. മനുഷ്യരെ അവരുടെ സാമൂഹ്യമായ അസ്തിത്വത്തിൽ നിന്നു പുറത്താക്കുന്ന, അസ്തിത്വബോധമില്ലാത്ത ശരീരങ്ങൾ മാത്രമായിക്കരുതുന്ന ഒരു അധികാരപ്രയോഗരീതിയാണ് ഫാസിസത്തിന്റേത്. ഒരു വിഭാഗം ജനങ്ങളെക്കൊണ്ട് മറ്റു വിഭാഗങ്ങ ളുടെയെല്ലാം നിലനിൽക്കാനുള്ള അവകാശത്തെപ്പോലും തള്ളിക്കള യാൻ പരിശീലിപ്പിക്കുന്ന ഫാസിസ്റ്റ് പ്രത്യയശാസ്ത്രം പ്രവർത്തിക്കു ന്നത് 'സത്യ'ത്തെക്കുറിച്ചുള്ള സങ്കല്പങ്ങളെ ആശ്രയിച്ചാണ്. 'സത്യം' പ്രത്യയശാസ്ത്രപരമായ ഒരു നിർമ്മിതിയാണെന്ന വസ്തുത 'സാമൂ ഹ്യപാഠ'ത്തിൽ അധികാരിവർഗം സത്യത്തെ കൈകാര്യം ചെയ്യുന്ന രീതിയിൽനിന്നു നമുക്കു നേരിട്ടു കാണാൻ കഴിയും. ഈ പശ്ചാത്ത ലത്തിൽ സന്ന്യാസിമാരെക്കുറിച്ചുള്ള പരാമർശം, ഫാസിസ്റ്റ് പ്രത്യയ ശാസ്ത്രത്തിന്റെ വർത്തമാന ഇന്ത്യൻ രൂപത്തെക്കുറിച്ചുള്ള ഞെട്ടിപ്പി ക്കുന്ന ഒരു മുന്നറിയിപ്പുപോലെ നമുക്കു മുന്നിൽവന്നു നിൽക്കുകയും ചെയ്യുന്നു.

നവസാമ്രാജ്യത്വത്തിന്റെ പുതിയ തന്ത്രങ്ങൾ ജനാധിപത്യാവകാ ശങ്ങളെ ഞെരിച്ചമർത്തുന്നതിനുള്ള പുതിയ പീഡനോപാധികൾക്ക് എങ്ങനെ രൂപം കൊടുക്കുന്നു എന്നതിനെ ഓർമ്മിപ്പിക്കുന്നതാണ് ഈ കൃതിയിലെ, മയക്കുമരുന്നുപോലെ പ്രവർത്തിക്കുന്ന പാൽപ്പൊടി. മാത്ര

മല്ല, 'സാമൂഹ്യപാഠ'ത്തിലെ പല പരാമർശങ്ങളും സോഷ്യലിസ്റ്റ് സമൂഹങ്ങളിലെ ഉദ്യോഗസ്ഥമേധാവിത്വത്തെയും ഓർമ്മയലെത്തിക്കുന്നവയാണ്. ഇങ്ങനെ അധികാരകേന്ദ്രീകരണത്തിന്റെ വിവിധ രൂപങ്ങളെ ചലനാത്മകമായ ഒരു പ്രതീകത്തിലൂടെ ഒരേസമയം നമ്മുടെ പ്രജ്ഞയിലെത്തിക്കാൻ പോന്ന ഒരാഖ്യാനതന്ത്രമാണ് സാമൂഹ്യപാഠത്തിൽ പ്രവർത്തിക്കുന്നത്.

പ്രതിപാദ്യത്തെയും പ്രതിപാദനത്തെയും സംബന്ധിക്കുന്ന സാമൂഹ്യപാഠത്തിന്റെ ഈ പ്രത്യേകതകൾ ഒരു സാഹിത്യരൂപമെന്ന നിലയിൽ നോവൽ ഇന്നു നേരിടുന്ന പല പ്രശ്നങ്ങളെക്കുറിച്ചും ചിന്തിക്കാൻ പ്രേരിപ്പിക്കുന്നവയാണ്. ഈ കൃതിയുടെ ആഖ്യാനതന്ത്രങ്ങൾ വായനക്കാരനു പുതിയ പാഠങ്ങൾ ഉൽപാദപ്പിക്കാൻ പോന്ന ഒരുപാധി സൃഷ്ടിക്കുന്നതിൽ വിജയിക്കുന്നുണ്ടോ? അതായത് കലാപരമായ വസ്തുനിഷ്ഠതയോടെ ലോകത്തെ നോക്കിക്കാണാൻ ഈ കൃതി വായനക്കാരനെ സഹായിക്കുന്നുണ്ടോ? ഇത്തരം ചോദ്യങ്ങൾക്ക് ഉത്തരം പറയുന്നതിനേക്കാൾ പ്രധാനം ഈ കൃതി ഏറ്റെടുത്തിരിക്കുന്ന വെല്ലുവിളികളുടെ പശ്ചാത്തലത്തിൽ അതിനെ കണ്ടറിയുക എന്നതാണ്.

ലോകത്തിന്റെ ഏതൊരു കോണിലും നടക്കുന്ന ചലനങ്ങൾക്ക് മറ്റെവിടെയും പ്രതിചലനങ്ങൾ സൃഷ്ടിക്കാൻ പാകത്തിൽ ലോകം പണ്ടെന്നത്തേക്കാളും അടുത്തുകഴിഞ്ഞിരിക്കുന്നു. സമൂഹത്തിന്റെ ചലനങ്ങളിൽനിന്ന് ആർക്കും എത്ര ശ്രമിച്ചാലും പണ്ടത്തെപ്പോലെ ഇന്ന് ഒഴിഞ്ഞുനിൽക്കാൻ കഴിയില്ല എന്നു വന്നിരിക്കുന്നു. ഇങ്ങനെയൊരു കാലത്ത് ധൈഷണികവും വൈകാരികവുമായ സത്യസന്ധത പുലർത്തുന്ന ഒരെഴുത്തുകാരനും സമൂഹജീവിതത്തിന്റെ അടിയൊഴുക്കുകൾ പരതിപ്പോകാതിരിക്കാനാവില്ല. അതുപോലെതന്നെ ജീവിതത്തിന്റെ സങ്കീർണതകളോടേറ്റുമുട്ടുന്ന ഒരെഴുത്തുകാരനും യാഥാർത്ഥ്യത്തെക്കുറിച്ചുള്ള പഴയ സങ്കല്പങ്ങൾ വച്ചുപുലർത്താനുമാവില്ല. പഴയ പൗരസമൂഹത്തിന്റെ സാമാന്യബുദ്ധി രൂപംകൊടുത്ത യാഥാതഥ്യസങ്കല്പത്തിന് പുതിയ ജീവിതയാഥാർത്ഥ്യങ്ങളെ ഉൾക്കൊള്ളാനാവില്ല. 'ആധുനികത' കർതൃകേന്ദ്രീകൃതമായ ആഖ്യാനത്തിന്റെ സാമാന്യബുദ്ധിസങ്കല്പത്തെ തകിടംമറിക്കുകയുണ്ടായെങ്കിലും ചരിത്രബോധശൂന്യമായ ഒരു പ്രത്യയശാസ്ത്രത്തിനുള്ളിലാണത് മിക്കവാറും പ്രവർത്തിച്ചത്. അതിനാൽ ആധുനികതയുടെ വിപ്ലവകരമായ ഘടകങ്ങളെ അതിന്റെ ചരിത്രബോധരഹിതമായ പ്രത്യയശാസ്ത്ര

ത്തിൽനിന്നു മോചിപ്പിച്ച് ജീവിതത്തിന്റെ സങ്കീർണതകളിലേക്ക് പുതിയ എഴുത്തുകാരനു മടക്കിക്കൊണ്ടുവരേണ്ടിയിരിക്കുന്നു. ആധുനികോത്തരാവസ്ഥ (Post Modern Conditions)യുടെ ഗതിഭേദങ്ങൾ പരിശോധിക്കുന്ന ഹേബർമാസിനെയും ഫ്രെഡറിക് ജെയിംസിനെയും പോലുള്ള ചിന്തകർ, ആധുനികതയുടെ വിപ്ലവകരമായ വശങ്ങളെ മുന്നോട്ടു നയിക്കുമ്പോൾ നേരിടേണ്ടിവരുന്ന പ്രശ്നങ്ങളെക്കുറിച്ച് പറയുന്നുണ്ട്. ശ്രമകരവും അപകടങ്ങൾ നിറഞ്ഞതുമായ ഈ മാർഗത്തിൽനിന്ന് ഒഴിഞ്ഞുമാറുക വളരെ എളുപ്പമാണ്. എന്നാൽ ആ വെല്ലുവിളി ഏറ്റെടുക്കാൻമാത്രം കാലബോധവും കലാബോധവും ഒത്തുചേർന്ന എഴുത്തുകാർ മറ്റെവിടെയുമെന്നപോലെ നമ്മുടെ നാട്ടിലും വളരെ കുറവാണ്. ഈ സന്ദർഭത്തിലാണ് പി. സുരേന്ദ്രന്റെ സാമൂഹ്യപാഠം പ്രസക്തമാകുന്നത്.

യാഥാർത്ഥ്യബോധമുള്ള ചരിത്രവീക്ഷണം, രചനാപരമായ സാഹസികതകളുടേ നേർക്കുള്ള നിർഭയത്വം – ഇവയാണ് ഇതിനകംതന്നെ ശ്രദ്ധയാകർഷിച്ചുകഴിഞ്ഞ സുരേന്ദ്രൻ എന്ന എഴുത്തുകാരനെ മറ്റുള്ളവരിൽനിന്ന് മാറ്റിനിർത്തുന്ന സവിശേഷതകൾ. ഈ മാനദണ്ഡം വെച്ചു നോക്കുമ്പോൾ സുരേന്ദ്രന്റെ ആദ്യനോവലായ 'മഹായാന'ത്തേക്കാൾ 'സാമൂഹ്യപാഠം' മുന്നോട്ടു പോയിട്ടുണ്ടെന്നുതന്നെ പറയും. രചനയുടെയും ജീവിതത്തിന്റെയും തലങ്ങളിൽ ഒന്നിലേക്കും ഒളിച്ചോടാൻ ശ്രമിക്കാതെ യാഥാർത്ഥ്യത്തെ നേരിടാൻ കാട്ടുന്ന ധീരതയിലാണ് ഈ മുന്നോട്ടു പോക്ക് പ്രകടമാകുന്നത്. അതുകൊണ്ടുതന്നെ ഔപചാരികമായ ആശംസകളോ സ്നഹപൂർണമായ പ്രോത്സാഹനങ്ങളോ ഒന്നുമില്ലെങ്കിലും ഇനിയും ഇയാൾ വിധ്വംസകമായ പലതും എഴുതുമെന്ന കാര്യം തീർച്ചയാണ്.

ഒന്ന്

അവരുടേത് വിക്കലും കൊഞ്ഞലും മാറാത്ത ഭാഷയാണ്. അവരുടെ നാവിനു വഴങ്ങുന്നത് വളരെ കുറച്ച് ഉച്ചാരണങ്ങൾ മാത്രം. അവയുടെ നിരന്തരമായ ആവർത്തനത്തിലൂടെ അവർ സ്വപ്നവും ജീവിതവും പങ്കുവെച്ചു.

തീരെ ചെറിയ മനുഷ്യരുടെ കോളനികളിൽനിന്നു വരുന്ന കുട്ടികളാണവർ. കോളനിയുടെ ഒരു ഭാഗത്തു പുഴയാണ്. പുഴത്തീരത്തുനിന്ന് ആരംഭിക്കുന്ന വയലുകൾ വിദൂരതയിലെ കുന്നിൻതാഴ്‌വരയോളം പരന്നു കിടക്കുന്നു. പ്രഭാതത്തിൽ മാതാപിതാക്കൾ വയലുകളിലേക്കു പോയാൽ കുട്ടികൾ തനിച്ചാവും. അപ്പോൾ ചാളകളിൽനിന്നു പ്രകൃതിയുടെ വിശാലതയിലേക്ക് അവർ ഇറങ്ങിനടക്കും. പ്രഭാതത്തിൽ മോന്തിയ പഴങ്കഞ്ഞി ദഹിക്കുമ്പോൾ വീണ്ടും വിശക്കാൻ തുടങ്ങും. പിന്നെ, ആ വിശപ്പു മാറ്റുന്നത് പ്രകൃതിയാണ്.

അതിർത്തികളില്ലാത്ത ലോകമായിരുന്നു അവരുടേത്. വീടുകൾക്കു പോലുമില്ല അതിര്. വേലിപ്പഴുതിലൂടെ ഒന്നും അവർക്ക് കൈമാറേണ്ടിവന്നിട്ടില്ല. മുറ്റങ്ങളിൽനിന്നു മുറ്റങ്ങളിലേക്ക് കളിക്കളം പരന്നുകിടക്കുന്നു. അവിടെ അവരുടെ പട്ടം സ്വതന്ത്രമായി പാറിനടന്നു.

ഗ്രാമത്തിലെ വീടുകളും അവർക്ക് അങ്ങനെതന്നെ. ഏതു കൂരയ്ക്കു കീഴിലും അവർക്ക് അന്തിയുറങ്ങാം. ഏതെങ്കിലുമൊരു മാതാവിന്റെ തലോടലേറ്റാണ് ഉറങ്ങുക. പെറ്റമ്മയേയും പോറ്റമ്മയേയും തിരിച്ചറിയാൻ പ്രയാസമാണവർക്ക്. പെറ്റമ്മയുടെ മാത്രം മുലകുടിച്ചല്ല അവർ എഴുന്നേൽക്കാൻ പഠിച്ചതും.

അവർക്കു ചങ്ങാതിമാരായി കിട്ടിയത് പൂച്ചകളും നായ്ക്കളും കിളികളും പൂക്കളും കാറ്റുംമരങ്ങളും. മനുഷ്യന് അപ്രാപ്യമായ ശബ്ദങ്ങളുടെ സംഗീതത്തിലേക്ക് അവ കുട്ടികളെ കൂട്ടിക്കൊണ്ടുപോയി. അവയോടു നിരന്തരമായി സംസാരിച്ചാണ് അവരുടെ ഭാഷ രൂപംകൊണ്ടത്. മരച്ചോട്ടിലെ പുള്ളിവെയിലിൽ കിടന്നുമയങ്ങുമ്പോൾ മരച്ചില്ല

കളിലിരുന്നു കുറുകുന്ന പക്ഷികളെ പെട്ടെന്ന് നിശ്ശബ്ദരാക്കാൻ അവർക്കു കഴിയും. എന്തിന്, മരത്തടിയുടെ വിള്ളലുകളിൽ ഒളിച്ചിരിക്കുന്ന ചീവീടുകളെപ്പോലും അവർ അനുസരിപ്പിക്കും.

ഓരോ കിളിയുടെയും ശബ്ദം അവർക്കു വേർതിരിച്ചറിയാൻ പറ്റും. കാറ്റു പടരുമ്പോൾ ഇലച്ചാർത്തുകൾ സംസാരിക്കുന്നതെന്താണെന്നും അറിയാം. പൂച്ചകളുടെയും നായ്ക്കളുടെയും ഭാഷയാവട്ടെ, മനുഷ്യരുടേതുപോലെ പരിചിതവും.

സമയത്തെക്കുറിച്ചുള്ള വ്യാകുലതകളും ഇല്ലായിരുന്നു അവർക്ക്. സമയത്തിന്റെ നദി ശാന്തമായി ഒഴുകിപ്പോകുമ്പോൾ പരിശുദ്ധമായ കല്ലായി അവർ മണലിൽ ആണ്ടുകിടക്കുന്നു. വെയിലും നിലാവും അവർക്കൊരുപോലെതന്നെ.

ക്രമരഹിതമായ ജീവിതമായതുകൊണ്ടാവാം അവർ ഭാഷയും ക്രമം തെറ്റി ഉച്ചരിക്കാൻ ശീലിച്ചത്. 'യ'യ്ക്കു പകരം 'ഴ'; 'ഷ'യ്ക്കുപകരം 'സ' എന്നിങ്ങനെ ആ ക്രമംതെറ്റൽ ആവർത്തിച്ചുകൊണ്ടേയിരുന്നു. ആരും അവരെ തിരുത്താൻ ശ്രമിച്ചിട്ടില്ല. സ്നേഹപൂർണമായ ജീവിതത്തിന്റെ പാരസ്പര്യമായിരുന്നു പ്രകൃതിയും കുട്ടികളും തമ്മിലുള്ള ബന്ധം. അമ്മയുടെ മുലപ്പാലുപോലെ പ്രകൃതിയുടെ ശബ്ദങ്ങൾ അവരുടെ സ്വരപേടകത്തിൽ നിറഞ്ഞു. അരിപ്രാവിന്റെ കുറുകൽ... വേഴാമ്പലിന്റെ കരച്ചിൽ... അണ്ണാന്റെ ചിലയ്ക്കൽ... ഒക്കെ അവരുടെ ഭാഷയിലെ വാക്കുളായി.

എപ്പോഴും ഭൂമിയെ സ്പർശിച്ചു നടക്കാനായിരുന്നു അവർക്കിഷ്ടം. കല്ലുകേറിയ മുറിവ് അവർക്ക് നൽകിയതു വേദനയല്ല, സുഖകരമായ ആലസ്യം മാത്രം. മഴക്കാലത്തും മഞ്ഞുകാലത്തും മാത്രമേ അവർ പായിൽ കിടക്കൂ. ചിരട്ടയപ്പമുണ്ടാക്കാനായി മണ്ണുമാന്തി മാന്തി ആഴങ്ങളിലേക്കു പോകുക, ഇടവപ്പാതിക്കാലത്തു പുഴ രൗദ്രയാവുമ്പോൾ അതിനു കുറുകെ നീന്തുക, ഇടിമുഴക്കത്തിനൊപ്പം ഒച്ചവയ്ക്കുക - അതായിരുന്നു അവരുടെ ജീവിതത്തിന്റെ താളം.

സ്വച്ഛന്ദമായ ഈ ജീവിതമാണ് പ്രതിസന്ധിയിലേക്ക് എടുത്തെറിയപ്പെട്ടത്. കറുത്ത അണക്കെട്ടിൽ കാട്ടരുവി തടഞ്ഞുനിന്നു. അതോടെ അവരുടെ ജീവിതം താറുമാറായി.

കുറേ വെളുത്ത മനുഷ്യർ അവരുടെ ഗ്രാമത്തിലെത്തുകയും വെളുത്ത മനുഷ്യരുടെ സ്കൂൾ സ്ഥാപിക്കുകയും ചെയ്തതോടെയാണ് സ്വാതന്ത്ര്യത്തന്റെ ഹരിതവിശാലതയിൽനിന്നു കുട്ടികൾ പറിച്ചുമാറ്റപ്പെട്ടത്. കൈമാറ്റം ചെയ്യപ്പെട്ട അടിമകളായി ഒരു പ്രഭാതത്തിൽ

അവർക്കു കമ്പിവേലിക്കകത്തേക്കു വരിയിട്ടു നീങ്ങേണ്ടിവന്നു.

ആ വെളുത്ത മനുഷ്യർ രാജ്യം ഭരിക്കുന്ന നേതാജിയുടെ ആൾക്കാരായിരുന്നു. അധികാരത്തിന്റെ ഇരുണ്ട ഇടനാഴിയിലേക്കു മണ്ണിന്റെ വീര്യവും വെളിച്ചവുമായി കുതിച്ചുചെല്ലുന്ന തീരെ ദരിദ്രരായ കീഴാള കലാപകാരികളെ നേരിടാൻവേണ്ടിയാണ് നേതാജി നാടൊട്ടുക്കും സ്കൂളുകൾ സ്ഥാപിക്കാൻ തുടങ്ങിയത്. അവരുടെ അറിവിന്റെ അറകളിൽനിന്നു മണ്ണിന്റെ വീര്യം ചോർത്തിയെടുത്ത് പകരം തന്റെ ആശയങ്ങൾ നിറച്ചുകഴിഞ്ഞാൽ കീഴാളരുടെ കലാപങ്ങൾ രാജ്യത്തുനിന്നു വേരറ്റുപോകുമെന്ന് നേതാജി വിശ്വസിച്ചു.

മൃഗതൃഷ്ണകൾ പുളയ്ക്കുന്ന തരിശുനിലം തേടിയാണ് വെളുത്ത മനുഷ്യർ വന്നത്. ആ ഭൂമി വയലുകൾക്കുനടുവിലെ തുരുത്തായിരുന്നു. അതും കുട്ടികളുടെ കളിക്കളമാണ്. ഒരു ദിവസം അങ്ങോട്ടു ചെന്നപ്പോൾ കാവൽക്കാർ കുട്ടികളെ ആട്ടിപ്പായിച്ചു. ഭീതിപൂണ്ട കുട്ടികൾ മടങ്ങിപ്പോയി. പിന്നെയെല്ലാം പെട്ടെന്നാണ് സംഭവിച്ചത്. തുരുത്തിനു ചുറ്റും കമ്പിവേലികൾ കെട്ടിയതും... അതിനകത്തു വെള്ളച്ചുവരുള്ള കെട്ടിടങ്ങൾ ഉയർന്നതും എല്ലാം പെട്ടെന്നായിരുന്നു. കുട്ടികളുടെ മാതാപിതാക്കൾക്ക് ആദ്യം തോന്നിയ പേടിയും ഇല്ലാതായി. കെട്ടിടംപണിക്ക് അവരിൽ പലരേയും വിളിച്ചു. അവർക്കൊക്കെ കൈനിറയെ പണം കിട്ടി. ആ പണംകൊണ്ട് ചാരായം മോന്തി വന്ന പുരുഷന്മാർ രാത്രികാലങ്ങളിൽ കൂരയുടെ മുറ്റത്തിരുന്ന് വെളുത്തവർക്ക് സ്തുതിപാടി.

കെട്ടിടം പൂർത്തിയായപ്പോൾ സ്കൂൾ അധികാരികൾ ചാളകളിലെത്തി. മദ്യത്തിന്റെ ലഹരിയിൽ ആഴ്ന്നുപോയവരോട് സ്കൂളിന്റെ മഹത്വത്തെപ്പറ്റി പറഞ്ഞ് അവർക്ക് കൈനിറയെ പണം നൽകി കുട്ടികളെ ആവശ്യപ്പെട്ടു. അങ്ങനെയാണ് കുട്ടികൾ കൈമാറ്റം ചെയ്യപ്പെട്ടത്. പിറ്റേന്ന് പ്രഭാതത്തിൽ കുട്ടികളെ ഒരുക്കിനിർത്താൻ പറഞ്ഞ് അവർ പോയി.

ആ പ്രഭാതത്തിന്റെ ഓർമ്മ ഇപ്പോഴും കുട്ടികളെ വിഹ്വലരാക്കുന്നു.

കുടിലിൽനിന്ന് അവരെ പിടിച്ചിറക്കിക്കൊണ്ടുപോകാൻ ആൾക്കാർ വന്നപ്പോൾ അവർ വാവിട്ടുകരഞ്ഞു. പക്ഷേ, ആരും അവരുടെ രക്ഷയ്ക്കെത്തിയില്ല. അവരുടെ നിലവിളി കുടിലുകളിൽനിന്ന് അകന്നകന്നുപോയി.

കമ്പിവേലിക്കകത്തേക്കു കൂട്ടിക്കൊണ്ടു വന്നതെന്തിനാണെന്ന് അവർക്കറിയില്ലായിരുന്നു. ഏതു പാപത്തിന്റെ ഫലമാണ് അനുഭവിച്ചു തീർക്കുന്നത്?

ഒരു തുമ്പിയെപ്പോലും അവർ കല്ലുകെട്ടി വിട്ടിട്ടില്ല. അസ്ത്രംകണക്കെ പാഞ്ഞുപോകുന്ന പക്ഷിയുടെ ചിറകുകൾ മുറിച്ചെടുത്തിട്ടില്ല. ഒരു അണ്ണാനെപ്പോലും കെണിയിൽ വീഴ്ത്തിയിട്ടില്ല.

കരയുകയല്ലാതെ അവർ മറ്റെന്തു ചെയ്യാൻ? കരഞ്ഞുകരഞ്ഞു കണ്ണീർവറ്റിയപ്പോൾ വിസ്മയത്തോടെ അവർ ചുറ്റും നോക്കി.

വലിയൊരു ഹാളിലാണ് അവരെ കൊണ്ടിരുത്തിയിരുന്നത്. പെരുകിവരുന്ന അസ്വസ്ഥതയിൽ അവർ പുളഞ്ഞു. ആ ഇരിപ്പ് അവർക്ക് അസഹ്യമായി.

ആദ്യത്തെ ദിവസങ്ങൾ കടന്നുപോയപ്പോൾ സ്കൂളിന്റെ അധികാരിയായ മാസ്റ്റർ എത്തി. കൂടെ കാക്കിവസ്ത്രമണിഞ്ഞ ഒരു വൃദ്ധനുമുണ്ടായിരുന്നു. അതോടെ മറ്റുള്ളവരെല്ലാം എങ്ങോട്ടോ പോയി. പിന്നീടൊരിക്കലും ആ മനുഷ്യരെ കുട്ടികൾ കണ്ടിട്ടില്ല.

സ്കൂളിലെ ദിനങ്ങൾ ആരംഭിച്ചു. അതോടെ പീഡനങ്ങൾ ഒന്നൊന്നായി പുറപ്പെട്ടുവരികയായിരുന്നു. സ്വന്തം മണ്ണും പ്രകൃതിയും കുട്ടികളെ പഠിപ്പിച്ച ശീലങ്ങൾ ഒക്കെ മാസ്റ്റർക്കു മാറ്റിത്തീർക്കണമായിരുന്നു. മാരകമായ സംഗീതത്തിനു കീഴടങ്ങി അന്ധരും ബധിരരും മൂകരുമായി കുട്ടികൾ പിന്തുടരുന്ന കുഴലൂത്തുകാരന്റെ ദൗത്യമാണു തന്റേതെന്ന് മാസ്റ്റർക്ക് അറിയാം. ഹാളിൽ ചുറ്റിനടന്ന് അയാൾ തന്റെ പ്രജകളെ സൂക്ഷ്മമായി നിരീക്ഷിച്ചു. ചെറിയ തോതിൽ വേദനിപ്പിച്ച് ഓരോരുത്തരുടെയും പ്രതികരണങ്ങളുടെ അളവറിഞ്ഞു. ആരോടെന്നില്ലാതെ മാസ്റ്റർ പറഞ്ഞു:

“ഇവരുടെ കണ്ണിലെ പൊള്ളിക്കുന്ന വെളിച്ചം ഞാൻ കെടുത്തും.”

രണ്ട്

ഒരു ശബ്ദഘടികാരം സ്ഥാപിച്ചുകൊണ്ടാണ് പാഠങ്ങളുടെ ദിനങ്ങൾ ആരംഭിച്ചത്. ഭീമാകാരമായ ഒരു ഓട്ടുമണിയായിരുന്നു അത്.

ഘടികാരങ്ങളില്ലാത്ത ലോകത്തുനിന്നു വരുന്ന കുട്ടികളെ സമയത്തിന്റെ ചട്ടക്കൂട്ടിൽ ബന്ധിപ്പിച്ചുനിർത്തണമായിരുന്നു. അനുസരണയുടെ ആദ്യപാഠങ്ങൾ അവിടെനിന്നാണ് ആരംഭിക്കേണ്ടതെന്ന് മാസ്റ്റർക്ക് അറിയാം. ഓട്ടുമണിയുടെ ശബ്ദവും മൗനവും കുട്ടികളുടെ ചലനത്തെ നിയന്ത്രിക്കാൻ തുടങ്ങുമ്പോൾ അവർ ഒരാശയത്തിന്റെ തടവുകാരായിത്തീരുമെന്നും അപ്പോൾ മാത്രമേ അവർ പാഠശാലയുടെ നിയമങ്ങൾക്കു ശരിക്കും കീഴടങ്ങുകയുള്ളുവെന്നും മാസ്റ്റർ വിശ്വസിച്ചു.

സ്കൂളിന്റെ മുറ്റത്തു പിരിയിടപോലെ മുകളിലേക്കു പടവുകളുള്ള ഒരു സ്തൂപമുണ്ടായിരുന്നു. അതിനു മുകളിൽ പതാകക്കാലുപോലെ ഉയരത്തിൽ നാട്ടിയ കമ്പിയും വളയവും. ആ വളയത്തിന്മേലാണ് ഓട്ടുമണി കുരുക്കിയിട്ടത്. ഓട്ടുമണിയുടെ നാവിൽനിന്നു കാലഞരമ്പു താഴേക്കു തൂങ്ങിനിന്നു. അധികാരത്തിന്റെ സ്പർശത്തിലൂടെ ചലിക്കേണ്ട ജീവൻ അതിലാണു ബന്ധിച്ചുനിർത്തിയത്. ഒരിക്കലും കുട്ടികൾക്കതു കൈയെത്തിപ്പിടിക്കാൻ കഴിയരുതെന്ന് പ്രത്യേകം ശ്രദ്ധിച്ചിരുന്നു.

സ്തൂപത്തിന്റെ താഴ്ഭാഗത്തെ മാർബിൾ ഫലകത്തിൽ ഒരു സൂക്തം കൊത്തിവച്ചിരുന്നു.

നിങ്ങൾ കാലത്തെ അനുസരിക്കുക. കാലത്തെ അനുസരിക്കുമ്പോൾ നേതാജിയെയാണ് അനുസരിക്കുന്നതെന്ന് ഓർമ്മവയ്ക്കുക. നമ്മുടെ കാലം നേതാജിയുടെ കാലമാണ്.

ഓട്ടുമണിയിലേക്കു ചൂണ്ടി മാസ്റ്റർ വൃദ്ധനോടു പറഞ്ഞു: “ഇനിമുതൽ ഈ മണി നിയന്ത്രിക്കേണ്ടവനാണ് നിങ്ങൾ.”

വൃദ്ധന്റെ പീളമൂടിയ കണ്ണുകളിൽ അധികാരത്തിന്റെ തിളക്കമുണർന്നു. ആ നിമിഷത്തിൽ ഒരു മനുഷ്യന്റെ ഏഴു പതിറ്റാണ്ടുകാലത്തെ അനാഥത്വം ഒടുങ്ങി. പുക നിറഞ്ഞ പാചകശാലയിലെ കുശിനിക്കാരനിൽ നിന്നു സമയപാലകനിലേക്കുള്ള ദൂരം എത്ര വലുതാണെന്നോർത്തപ്പോൾ വൃദ്ധന്റെ കണ്ണുകളിൽനിന്ന് ആനന്ദാശ്രുക്കൾ പൊഴിഞ്ഞു. മാസ്റ്ററുടെ കൂടെ പുറപ്പെടുമ്പോൾ ഇങ്ങനെ ഒരു സ്ഥാനം ലഭിക്കുമെന്ന് അയാൾ കരുതിയതല്ല. മാസ്റ്ററുടെ കൈപ്പത്തി കൂട്ടിപ്പിടിച്ച് വൃദ്ധൻ തെരുതെരെ ചുംബിച്ചു. പ്രത്യുപകാരമായി മറ്റെന്തു നൽകാൻ!

"ഒന്നും എന്റെ കഴിവല്ല. ആ വലിയ മനുഷ്യന്റെ കാരുണ്യമാണ്." മാസ്റ്റർ പറഞ്ഞു.

നേതാജിയെക്കുറിച്ച് മാസ്റ്റർ പറഞ്ഞുതന്നതൊക്കെ വൃദ്ധൻ ഓർത്തു. അയാൾ ആകാശത്തേക്കു കൈകൾ കൂപ്പി. പിന്നെ സ്തൂപത്തിന്റെ ആദ്യപടവ് രണ്ടു കൈകൾകൊണ്ടും തൊട്ടു നെറുകയിൽവച്ച് വൃദ്ധൻ പടവുകൾ കയറി. എന്താണു സംഭവിക്കാൻ പോകുന്നത് എന്നറിയാതെ കുട്ടികൾ ആദ്യം ഞെട്ടിവിറച്ചു. മണിയൊച്ച ചക്രവാളത്തിൽ ചെന്നുമുട്ടിയതും കറുത്ത മേഘം സൂര്യനെ മറച്ചു. കുട്ടികൾ അവരുടെ ഇരിപ്പിടങ്ങളിലേക്കു മടങ്ങിപ്പോയി.

ആ ഹാളിനു ചുവരുകളില്ലായിരുന്നു. അതുമാത്രമായിരുന്നു കുട്ടികളുടെ ആശ്വാസം. കാരണം, അവിടെയിരുന്നാൽ അവർക്കു പുറംലോകം കാണാം.

ദൂരെ കുന്നിൻതാഴ്വരയോളം പരന്നുകിടക്കുന്ന കൃഷിയിടങ്ങളുടെ പച്ച. കുന്നുകളിലെ വൃക്ഷക്കൊമ്പുകളിലേക്കു കൂട്ടത്തോടെ പറന്നുപോകുന്ന കൊറ്റികൾ... ചെളിനിറഞ്ഞ ആഴത്തിൽനിന്നു മീനുകൾ പൊങ്ങിവരാൻ ആഭിചാരമന്ത്രം ഉരുക്കഴിക്കുന്ന പൊന്മകൾ. ഗൃഹാതുരത്വത്തോടെ അവരെപ്പോഴും പുറത്തേക്ക് നോക്കിയിരിക്കും.

ഉള്ളനടിയിൽ സ്വസ്തികചിഹ്നമുള്ള അഭയമുദ്രയുടെ വലിയ ചിത്രം അവർക്ക് മുമ്പിലുള്ള കൽത്തൂണിൽ തൂക്കിയിട്ടിരുന്നു. അതാണ് രാജ്യത്തിന്റെ ദേശീയചിഹ്നമെന്ന് മാസ്റ്റർ കുട്ടികളോട് പറഞ്ഞു:

"ഈ അഭയമുദ്രയാണ് നമ്മുടെ രാജ്യത്തെ രക്ഷിക്കുന്നത്. നിങ്ങൾ അനുസരണയുള്ളവരായാൽ ഈ അഭയമുദ്രയുടെ വിരലുകൾ നിങ്ങളെ തലോടി ഉറക്കിത്തരും. ഇല്ലെങ്കിൽ അതു രാക്ഷസന്റെ വിരലുകളായി മാറും."

ആ ചിത്രം തൂക്കിയിടുമ്പോൾ അങ്ങനെ ചിലതൊക്കെ മാസ്റ്റർക്കു ബോദ്ധ്യപ്പെടുത്തേണ്ടതുണ്ടായിരുന്നു. സ്കൂളിലെ ജഡവസ്തുക്കളെ

പ്പോലും കുട്ടികൾ അനുസരിക്കണമല്ലോ.

കുട്ടികൾ അഭയമുദ്രയിലേക്കു നോക്കി. സ്വസ്തികചിഹ്നത്തിൽ നിന്നു നീലരശ്മികൾ അസ്ത്രവേഗത്തിൽ അവരുടെ കണ്ണുകളിലേക്ക് പടർന്നു. അപ്പോൾ കാഴ്ചപ്പുറത്ത് ഇരുട്ടു പരന്നു. ആ ഇരുട്ടിൽ കൂർത്ത നഖങ്ങൾ തലച്ചോറിൽ ആഴുന്നതറിഞ്ഞ് അവൾ പുളഞ്ഞു.

അല്പനേരം കഴിഞ്ഞു കൺമിഴിക്കുമ്പോൾ അവർ മാസ്റ്ററുടെ ചിരിക്കുന്ന മുഖം കണ്ടു.

"അനുസരണക്കേടു കാണിച്ചാൽ എന്തു സംഭവിക്കുമെന്ന് ഇപ്പോൾ മനസ്സിലായില്ലേ?"

മാസ്റ്റർ ചോദിച്ചു.

അവർ ഉവ്വെന്നു തലയാട്ടി. അതുമുതൽ അഭയമുദ്രയിലേക്കു നോക്കാൻ ഭയന്നു കുട്ടികൾ പുറത്തേക്കു നോക്കിയിരിക്കും. ഇപ്പോഴും അങ്ങനെതന്നെ.

വയലുകളുടെ പച്ചയിൽനിന്ന് അവരുടെ കണ്ണുകളെ വേർപെടുത്തിക്കൊണ്ടു പൊടുന്നനെ മാസ്റ്റർ കയറിവന്നു.

"മണിയൊച്ച എല്ലാവരും കേട്ടില്ലേ?"

കുട്ടികൾ ഉവ്വെന്നു പറഞ്ഞു.

"ഇനി മുതൽ കൃത്യനേരത്തുതന്നെ മണിയടിക്കും. നിങ്ങൾ എപ്പോഴും മണിയൊച്ചയ്ക്ക് കാതോർത്തിരിക്കണം. ഇനി സ്കൂളിൽ വന്നു കഴിഞ്ഞാൽ നിങ്ങളുടെ ഓരോ ചലനവും മണിയൊച്ചയാണ് നിയന്ത്രിക്കുക. ഇനിമുതൽ സമയം നിങ്ങളുടെ സ്വന്തമല്ലെന്ന കാര്യം ഓർമ്മവയ്ക്കുക."

ഓരോ സമയത്തും ഉയരുന്ന മണിയൊച്ച എങ്ങനെയായിരിക്കുമെന്ന് മാസ്റ്റർ വിശദീകരിച്ചു:

സ്കൂൾ കൂടാനും വിടാനും കൂട്ടമണി മുഴങ്ങും. മൂത്രമൊഴിക്കാൻ രണ്ട്, ഭക്ഷണം കഴിക്കാൻ മൂന്ന്. കൃത്യനേരത്തല്ലാതെ ഒരിക്കലും മണിയൊച്ച കേൾക്കില്ല. അതുകൊണ്ട് മണിയടിക്കാത്ത നേരങ്ങളിൽ സ്കൂളിൽനിന്നു പുറത്തിറങ്ങിക്കൂടാ."

അലംഘനീയമായ ആ നിയമത്തെ ധിക്കരിച്ചാൽ ഉണ്ടാകുന്ന വിപത്തിന്റെ ആഴം ബോദ്ധ്യപ്പെടുത്താൻ മാസ്റ്റർ ഒരു മഹാധിക്കാരിയുടെ കഥ കുട്ടികളോടു പറഞ്ഞു:

ഗ്രാമത്തിലെ അധികാരിയെ ധിക്കരിച്ചതിന് അവനെ കൃഷിഭൂമിയിലൂടെ കെട്ടിവലിച്ചതും എന്നിട്ടും അവൻ അധികാരിയെ അനുസരിക്കാതിരുന്നപ്പോൾ കണ്ണുകൾ രണ്ടും ചൂഴ്ന്നെടുത്തതും, പിടയുന്ന

ശരീരം ശൂലങ്ങളിൽ തറച്ച് എല്ലാ ജനങ്ങൾക്കും കാണാനായി കുന്നിന്മേൽ നാട്ടിയതും അവിടെക്കിടന്നു ചത്തഴുകിയ അവന്റെ ശരീരം കഴുകന്മാർ കൊത്തിവലിച്ചതും.

ജീവിതത്തിലാദ്യമായാണ് കുട്ടികൾ ദുരന്തകഥ കേൾക്കുന്നത്. അച്ഛനമ്മമാർ അവർക്കു പറഞ്ഞുകൊടുത്ത കഥകളിൽ മഹാവീരന്മാരുടെ വിജയകഥകളേ ഉണ്ടായിരുന്നുള്ളൂ. ആ വീരകഥകൾ ആവാഹിച്ചെടുത്ത പാട്ടുകൾ ഉറക്കെ ആലപിക്കുന്നതു വയൽവരമ്പിലിരുന്നു കുട്ടികൾ കേട്ടിട്ടുണ്ട്.

കഴുകന്മാർ കൊത്തിവലിച്ച ധിക്കാരിയുടെ ശവം കുട്ടികളെ അസ്വസ്ഥരാക്കി. അസ്വസ്ഥതയുടെ വിളർത്ത മുഖങ്ങളിലേക്കു നോക്കി മാസ്റ്റർ ചിരിച്ചു. പിന്നെ അയാൾ ക്ലാസിൽനിന്ന് ഇറങ്ങിപ്പോയി.

നിശ്ചിതമായ സ്ഥലകാലങ്ങളുടെ അതിർത്തികളിൽ തളയ്ക്കപ്പെട്ട വീർപ്പുമുട്ടൽ അപ്പോൾമുതൽ കുട്ടികൾ അനുഭവിച്ചുതുടങ്ങി. ചിലർ എഴുന്നേറ്റ് ഹാളിൽ ചുറ്റിനടന്നു. ചിലർ മൺനിലത്ത് കുഴിയാനകളുടെ ഇടം തിരിഞ്ഞു. മറ്റു ചിലർ പുറത്തേക്കുള്ള കൽപ്പടവുകളോളം ചെന്നു തിരിച്ചുപോന്നു. പെട്ടെന്ന് കുട്ടികളിലൊരാൾ തന്റെ ഇരിപ്പിടത്തിൽ കയറിനിന്നു ചോദിച്ചു.

''ഞാൻ പുറത്തേക്കു പോവ്വാണ്. ആരെങ്കിലും എന്റൊപ്പം വരുന്നോ?"

"അത് യോഹന്നാനായിരുന്നു. മുതുകിൽ വലിയൊരു കൂനുള്ള യോഹന്നാൻ. അവന്റെ മുഖത്തിന് പ്രായത്തേക്കാൾ കവിഞ്ഞ വളർച്ചയുണ്ട്. അതിന്റെ ആഴത്തിൽ വ്യാകുലതയും.

മറ്റു കുട്ടികളെപ്പോലെയല്ല യോഹന്നാൻ. കുന്നുകളിലൂടെയും കാടുകളിലൂടെയും ചുറ്റിനടക്കുന്നതാണ് അവനു ശീലം. പ്രകൃതിയുടെ സങ്കീർണമായ രഹസ്യങ്ങൾ പലതും അറിഞ്ഞവനാണവൻ.

ഗ്രാമത്തിലെ ഏറ്റവും പ്രായം ചെന്ന വൃദ്ധയുടെ കൊച്ചുമകനാണ് യോഹന്നാൻ. ആ വൃദ്ധ ഗ്രാമക്കാരുടെ മുഴുവൻ മുത്തശ്ശിയായിരുന്നു.

മുത്തശ്ശിയുടെ ആകെയുള്ള സ്വത്താണ് യോഹന്നാൻ. യോഹന്നാന് ഓർമ്മവയ്ക്കുന്നതിനുമുമ്പുതന്നെ അവന്റെ അപ്പനും അമ്മയും മരിച്ചുപോയിരുന്നു. മുത്തശ്ശിയാണ് അവനെ വളർത്തിയത്. മുത്തശ്ശിയുടെ ചുക്കിച്ചുളിഞ്ഞ മുല ചപ്പിവലിച്ച്, മുത്തശ്ശി പറയുന്ന കഥകൾ കേട്ട് യോഹന്നാൻ വളർന്നു. വലുതായപ്പോൾ ആ കഥകളുടെ സത്യംതേടി അവൻ ചുറ്റിനടന്നു.

പ്രകൃതിയിലെ രഹസ്യങ്ങൾ കുട്ടികൾക്കു കൈമാറുമ്പോൾ

അവർക്കെന്നും വിസ്മയമായിരുന്നു. പക്ഷേ, യോഹന്നാനെ പിന്തുടരാൻ അവർ ഭയന്നു. കാടിന്റെയും പുഴയുടെയും ആഴം തേടിപ്പോകുന്നവനെ അവരെങ്ങനെ പിന്തുടരും? രാത്രി കൂളികളെയും നട്ടുച്ചയ്ക്ക് ജലപിശാചുക്കളെയും കണ്ടിട്ടുള്ളവനാണ് യോഹന്നാൻ. ജലത്തിന്റെ ആഴത്തിൽ ചെന്ന് കൺമിഴിച്ചു നോക്കാനറിയുന്നവൻ. പക്ഷേ, അവർ കാണാത്ത ലോകത്തുനിന്ന് യോഹന്നാൻ കൊണ്ടുവരുന്ന വസ്തുക്കൾ കുട്ടികൾ സ്വീകരിച്ചിട്ടുണ്ട്. നിധികണക്കെ സൂക്ഷിച്ചുവച്ചിട്ടുണ്ട്. പക്ഷിയുടെ മുഖമുള്ള കായകൾ, മനുഷ്യരൂപമുള്ള വിത്തുകൾ, ശരീരത്തിൽ തട്ടിയാൽ ആ ഭാഗം വീർത്തുപൊട്ടുന്ന വൃക്ഷക്കറകൾ, മത്സ്യങ്ങളെയും തവളകളെയും മത്തുപിടിപ്പിച്ചു മയക്കുന്ന പഴങ്ങൾ - ഒക്കെ യോഹന്നാനാണ് അവർക്കു കാണിച്ചുകൊടുത്തത്. പക്ഷേ, അവന്റെ കൂനിനെ പിന്തുടരാനുള്ള ധൈര്യം മാത്രം അവർക്ക് കിട്ടിയില്ല.

ആ ധൈര്യക്കുറവുതന്നെയാണ് ഇപ്പോഴും അവരെ വിലക്കിയത്. ആരെങ്കിലും എന്റൊപ്പം വരുന്നോയെന്നു യോഹന്നാൻ ചോദിച്ചപ്പോൾ അവർ പ്രലോഭിപ്പിക്കപ്പെട്ടിരുന്നു. മാസ്റ്ററുടെ ആജ്ഞ തീർത്ത ഭീതിയുടെ ചങ്ങലയിൽക്കിടന്ന് അവരൊന്നു പിടഞ്ഞു. പക്ഷേ, അവർക്ക് ആ ചങ്ങല പൊട്ടിക്കാൻ കഴിഞ്ഞില്ല.

യോഹന്നാൻ ഒരിക്കൽക്കൂടി കുട്ടികളെ വിളിച്ചു. ആരും അവനെ പിന്തുടർന്നില്ല. തിരിഞ്ഞുനോക്കാതെ യോഹന്നാൻ ഇറങ്ങിപ്പോയി. നേർത്ത വേദനയോടെ കുട്ടികൾ ഇരിപ്പിടങ്ങളിൽ ഒതുങ്ങിയിരുന്നു.

അല്പം കഴിഞ്ഞപ്പോൾ യോഹന്നാനെയും കൊണ്ട് മാസ്റ്റർ കയറിവന്നു. അവന്റെ പിൻകഴുത്തിൽ അയാൾ അമർത്തിപ്പിടിച്ചിരുന്നു. എന്താണു സംഭവിക്കാൻ പോകുന്നതെന്നറിയാതെ കുട്ടികൾ ശ്വാസമടക്കിപ്പിടിച്ചിരുന്നു.

“ഇപ്പോൾ മണിയടിക്കുന്നത് ആരെങ്കിലും കേട്ടോ?”

കുട്ടികൾ ഇല്ലെന്നു തലയാട്ടി.

“പിന്നെയെന്തിനാണ് കൂനൻ പുറത്തിറങ്ങിയത്?”

ആരും ഉത്തരം പറഞ്ഞില്ല.

“പാഠങ്ങൾ ആരംഭിക്കാൻ തുടങ്ങിയപ്പോൾത്തന്നെ ഇവിടത്തെ നിയമം ധിക്കരിച്ചതിന് മാപ്പില്ല. ഇനി ഇത്തരം ധിക്കാരം ആരും ആവർത്തിക്കരുത്. അതിനുവേണ്ടി കൂനന് ചെറിയൊരു ശിക്ഷ നൽകുന്നു.”

നൂറ്റിയൊന്നു തവണ ഏത്തമിടാൻ അവന് ആജ്ഞ കിട്ടി. യോഹന്നാൻ അനുസരിച്ചു.

കുട്ടികളുടെ കണ്ണുകൾ വിടർന്നു. ഒരു യന്ത്രപ്പാവയെപ്പോലെ യോഹന്നാൻ ഏത്തമിടാൻ തുടങ്ങി. ഒന്ന്, രണ്ട്, മൂന്ന്, നാല്, അഞ്ച്... സംഖ്യകൾ താങ്ങാനാവാത്ത ഭാരവുംപേറി കുത്തനെയുള്ള വഴിയിലൂടെ മല കയറുകയായിരുന്നു.

അതു നോക്കിയിരിക്കുമ്പോൾ കുട്ടികളിൽ പ്രലോഭനമടങ്ങി. അത്തരമൊരു ശിക്ഷ ഏറ്റുവാങ്ങുന്നതിനെക്കുറിച്ച് അവർക്കു സങ്കല്പിക്കാൻപോലും കഴിയില്ലായിരുന്നു. മണിയൊച്ചയെ അനുസരിക്കാമെന്ന് അവരുടെ കണ്ണുകൾ വിളിച്ചുപറഞ്ഞു.യോഹന്നാൻ മൂക്കുകുത്തി വീഴുമെന്നാണ് മാസ്റ്റർ കരുതിയത്. നൂറ്റിയൊന്നാം തവണ ഏത്തമിട്ടുകഴിഞ്ഞപ്പോൾ അയാൾക്ക് ആദ്യത്തെ ആഘാതമേറ്റു. അപ്പോൾ യോഹന്നാൻ ചിരിച്ചു.

“ശരി, പോയിരുന്നോ. അടുത്ത ശിക്ഷ നാളെയാവാം.”

“എന്തായിരിക്കും അടുത്ത ശിക്ഷ?’

അടക്കിപ്പിടിച്ച സ്വരത്തിൽ കുട്ടികൾ പരസ്പരം ചോദിച്ചു.

മൂന്ന്

ചൂരലുമായിട്ടാണ് അന്ന് മാസ്റ്റർ ക്ലാസിലെത്തിയത്. അതു ചുഴറ്റി അയാൾ കുട്ടികൾക്കിടയിലൂടെ നടന്നു. അവർ വീർപ്പടക്കിയിരുന്നതേയുള്ളൂ. ചൂരലിനെയും യോഹന്നാനെയും അവർ മാറിമാറി നോക്കി. ഇനി യോഹന്നാനു ലഭിക്കാൻ പോകുന്ന ശിക്ഷ എന്തായിരിക്കുമെന്നാണ് അവർ ചിന്തിച്ചത്.

യോഹന്നാന് ഒരു ഭാവഭേദവുമില്ലായിരുന്നു. അവനൊട്ടും പരിഭ്രമം തോന്നിയില്ല.

യോഹന്നാൻ മാസ്റ്റർ അടുത്തേക്കു വിളിക്കുമെന്നു കരുതിയതു വെറുതെയായി. ഒരു സ്വപ്നാടനക്കാരനെപ്പോലെ ക്ലാസിൽ വലംവെച്ച് മാസ്റ്റർ മേശയ്ക്കരികിലെത്തി. തന്റെ മുമ്പിലിരിക്കുന്ന കുട്ടികളെക്കുറിച്ച് അപ്പോഴയാൾ ഓർത്തില്ല. മറ്റേതോ ലോകത്തായിരുന്നു മാസ്റ്റർ.

ചൂരൽ മേശപ്പുറത്ത് വെച്ച് മാസ്റ്റർ ധ്യാനിച്ചുനിന്നു. ഒരു പർവതം കണക്കെ വളർന്നുനിൽക്കുന്ന അഭയമുദ്രയായിരുന്നു അയാൾക്കു മുമ്പിൽ. എന്തെല്ലാമോ ഓർമ്മകൾ മനസ്സിലേക്കു തള്ളിക്കയറി. ആഹ്ലാദവും ഭീതിയും ഒരുപോലെ പടർന്നു.

എന്റെ യഥാർത്ഥ കർമ്മകാണ്ഡം ആരംഭിക്കുകയാണ്. മാസ്റ്റർ വിചാരിച്ചു.

ഈ മുഹൂർത്തത്തിൽനിന്നാണ് ഉയരത്തിലേക്കുള്ള പടവുകൾ ആരംഭിക്കുന്നത്. പ്രകൃതിയുടെ വിശാലതയിൽനിന്ന് ആട്ടിത്തെളിച്ചു കൊണ്ടുവന്ന കീഴാളക്കുട്ടികളാണിവർ. കീഴാളരെ വിശ്വസിച്ചുകൂടാ. അവരുടെ ശിരസ്സിൽ ചവിട്ടിക്കയറുമ്പോൾ അവർ ആകാശത്തോളം ഉയർന്നുനിന്നാൽ എന്തു ചെയ്യും?

ചൂരൽ മാത്രമാണ് മാസ്റ്ററുടെ ആശ്വാസം. മഹാക്ഷേത്രത്തിലെ പൂജാരി വിശുദ്ധമന്ത്രങ്ങളിൽ മുക്കിയെടുത്ത് നൽകിയതാണിത്. പടയ്ക്കിറങ്ങിയ യോദ്ധാവിനെപ്പോലെ അത് ഏറ്റുവാങ്ങി പൂജാരിയുടെ കാൽതൊട്ടു വന്ദിച്ച് എഴുന്നേൽക്കുമ്പോൾ കൈ വിറച്ചിരുന്നില്ല.

ഇപ്പോൾ അകാരണമായൊരു ഭീതിയുടെ മുൾക്കൂടിൽ കുരുങ്ങിപ്പോയപ്പോഴാണ് മാസ്റ്റർ ധ്യാനിച്ചു നിന്നത്.

പ്രകൃതി ഇവരെ പഠിപ്പിച്ച ഭാഷ മാറ്റിയെടുക്കണം. പഠിക്കേണ്ട കാര്യങ്ങളൊക്കെ മറുലോകത്തുനിന്നാണു വരുന്നത്. അതാണ് യഥാർത്ഥ അറിവുകൾ. ഒരു പുതിയ ഭാഷകൊണ്ടേ ആ അറിവുകളെ പ്രാപിക്കാൻ അവർക്കു കഴിയൂ. അപ്പോൾ മാത്രമേ ഇവർ നേതാജിയുടെ പ്രജകളാവൂ.

കീഴാളരുടെ ഭാഷ മാറ്റിയെടുക്കാൻവേണ്ടി ചൂരലെടുക്കുന്ന ഈ മുഹൂർത്തത്തിൽ കൈ വിറച്ചുപോകരുതേയെന്ന് മാസ്റ്റർ ഉള്ളുചുട്ടു പ്രാർത്ഥിച്ചു. അപ്പോൾ അനുഗ്രഹത്തിന്റെ വിരൽസ്പർശം തന്റെ ശിരസ്സിനെ തഴുകുന്നത് അയാളറിഞ്ഞു. ഒരു പുതിയ കരുത്തിന്റെ രക്തം ഞരമ്പിൽ നിറയുന്നതുപോലെ. അപ്പോൾ വിറയ്ക്കാത്ത കൈകളോടെ അയാൾ ചൂരൽ കൈയിലെടുത്തു.

"എന്റെ ശരീരത്തിന്റെ നിറം നിങ്ങൾ കണ്ടില്ലേ? ഇത് ഏതു നിറമാണെന്നു നിങ്ങൾക്കറിയാമോ?"

"അറിഞ്ഞുകൂടാ."

അവർ ഒന്നിച്ചു വിളിച്ചുപറഞ്ഞു.

"ഈ നിറം വെളുപ്പാണ്. ഇങ്ങനെ വെളുത്തവരാവാൻ ആഗ്രഹമില്ലേ നിങ്ങൾക്ക്?"

അവർ 'ഉവ്വെ'ന്നു പറഞ്ഞു.

"ഈ സ്കൂളിലെ പാഠങ്ങൾ പഠിച്ചുകഴിഞ്ഞാൽ നിങ്ങളുടെ ശരീരവും ഇതുപോലെ വെളുക്കും. പക്ഷേ, ഇവിടത്തെ പാഠങ്ങൾ പഠിക്കാൻ നിങ്ങളുടെ ഭാഷ മാറ്റണം. നിങ്ങൾ സംസാരിക്കുന്ന ഭാഷ ഈ സ്കൂളിനു ചേർന്നതല്ല."

കുട്ടികളുടെ പ്രജ്ഞയ്ക്കേറ്റ ആദ്യത്തെ പ്രഹരമായിരുന്നു അത്.

അനുസരണയുള്ളവരായി ജീവിക്കാനുള്ള ഭാഷ എങ്ങനെയിരിക്കണമെന്ന് മാസ്റ്റർ അവർക്ക് വിശദീകരിച്ചുകൊടുത്തു. പിന്നെ, പഠിക്കാൻപോകുന്ന പാഠങ്ങളിൽനിന്നു ചില വാക്കുകൾ ബോർഡിൽ എഴുതിക്കൊടുത്ത് ഓരോരുത്തരും ഉറക്കെ വായിക്കാൻ പറഞ്ഞു.

ഒരിക്കലും അവൾ കേൾക്കാത്ത വാക്കുകളായിരുന്നു അതൊക്കെ. അവർ ആ വാക്കുകൾ വായിക്കുമ്പോൾ മാസ്റ്റർ ചിരിച്ചു. പല ലിപികളുടേയും ഉച്ചാരണങ്ങൾ അവരുടെ നാവിനു വഴങ്ങുന്നില്ലായിരുന്നു.

"നിങ്ങളുടെ ഭാഷ വികലമാണെന്ന് ഇപ്പോൾ മനസ്സിലായില്ലേ? ഇവിടത്തെ പാഠങ്ങൾ ആരംഭിക്കുന്നതിനുമുമ്പ് ഞാൻ നിങ്ങൾക്കു ചില

പരിശീലനങ്ങൾ നൽകാം. നാളെത്തൊട്ടു നമുക്കത് ആരംഭിക്കാം.”

പിറ്റേന്ന് മാസ്റ്റർ ക്ലാസിൽ വന്നതു ചൂരലിനു പുറമെ മറ്റു ചില ഉപകരണങ്ങളുമായാണ്. എല്ലാം തിളങ്ങുന്ന ലോഹങ്ങൾകൊണ്ടു നിർമ്മിച്ചവ. അറ്റത്ത് വളയമുള്ള ഒരു കമ്പി, പല്ലുകളുള്ള കൊടിൽ. എല്ലാം കൊച്ചുകൊച്ച് ഉകരണങ്ങളായിരുന്നു.

നാവിനെ വളയത്തിനുള്ളിലാക്കി അണ്ണാക്കിലോളം മടക്കിയും നിവർത്തിയുമായിരുന്നു പരിശീലനത്തിന്റെ ആദ്യഘട്ടം. അപ്പോഴൊക്കെയും ചില ലിപികൾ ഉച്ചരിക്കേണ്ടിയിരുന്നു അവർക്ക്. മണിക്കൂറുകളോളം ഈ പരിശീലനം നീണ്ടുനിന്നു. വായ് കൂടാതിരിക്കാൻ സ്പ്രിങ്ങ് ഘടിപ്പിച്ച ഉപകരണംകൊണ്ടാണ് വാ പിളർത്തിവെച്ചത്. താടിയെല്ലുകൾ കടഞ്ഞ് അവരുടെ മുഖമാകെ കണ്ണീര് പടർന്നു.

ചിലരുടെ പരിശീലനം മറ്റൊരു രീതിയിലായിരുന്നു. കൊടിൽകൊണ്ട് നാവു പുറത്തേക്ക് വലിക്കും. അണ്ണാക്കിൽനിന്നു നാവു പറിഞ്ഞുപോരുന്നതുപോലെ തോന്നും. പലർക്കും നാവിൽ മുറിവേറ്റു. വീട്ടിൽനിന്നു ഭക്ഷണം കഴിക്കുന്ന നേരങ്ങളിൽ ആ മുറിവു നീറി അവർ കരഞ്ഞു.

ഇങ്ങനെയൊക്കെ കഠിനമായി പരിശീലിച്ചിട്ടും ആദ്യമൊക്കെ പുതിയ ഉച്ചാരണങ്ങൾക്കു വഴങ്ങാതെ അവരുടെ നാവു ചെറുത്തുനിന്നു. കോപംകൊണ്ടു മാസ്റ്ററുടെ കണ്ണുകൾ ചുവന്നു തുടുത്തു. അവരുടെ മുതുകിൽ ചൂരൽ പുളച്ചു നടന്നു. പ്രഹരമേറ്റു കുട്ടികൾ പിടഞ്ഞു. അപ്പോഴും താഴേക്ക് ഇറങ്ങിവരാത്ത നക്ഷത്രങ്ങളായി സ്കൂളിന്റെ ഭാഷ വിദൂരതയിലിരുന്നു ചിരിച്ചു.

പരിശീലനദിനങ്ങളിൽ ഏറെ വൈകി വീട്ടിലെത്തുന്ന കുട്ടികൾ ആരോടും സംസാരിച്ചില്ല. അവരുടെ മൗനത്തിന്റെ വേദനയിലേക്ക് സാന്ത്വനവുമായി വന്ന പൂച്ചകളെയും നായ്ക്കളെയും അവർ തട്ടിമാറ്റി. ഉണ്ണുമ്പോഴും ഉറങ്ങുമ്പോഴും അവർക്കുള്ളിൽ സ്കൂളിന്റെ ഭാഷ ദംഷ്ട്രകൾ ആഴ്ത്തി വലിച്ചു. പുതിയ ഉച്ചാരണങ്ങൾക്കു വഴങ്ങില്ലെങ്കിൽ നാവു പറിച്ചെടുക്കപ്പെടുമെന്നുതന്നെ അവർക്കു തോന്നി. ഓരോ ദിനം കടന്നുപോകുന്തോറും പരിശീലനത്തിന്റെ കാഠിന്യം വർദ്ധിക്കുകയായിരുന്നു. അങ്ങനെയാണ് പതുക്കെപ്പതുക്കെ അവരുടെ നാവു സ്കൂളിന്റെ ഭാഷയ്ക്കു കീഴടങ്ങാൻ തുടങ്ങിയത്.

ഒരു രാത്രി അപരിചിതമായ ഉച്ചാരണങ്ങൾ കേട്ട് അമ്മമാർ പിടഞ്ഞുണർന്നു. കുട്ടികൾ പിച്ചുംപേയും പറയുന്നുവെന്നാണ് അവർ കരുതിയത്. ഗാഢസുഷുപ്തിയിലായിരുന്നു കുട്ടികൾ. ഉണർവിൽ അവർ

അമ്മമാരുടെ ചങ്കിൽ മുഖം ചേർത്തു കരഞ്ഞു.

കുട്ടികൾ പുതിയ ക്രമത്തിന്റെ അടിമകളായെന്ന് ഉറപ്പായപ്പോൾ മാസ്റ്റർ പരിശീലനം അവസാനിപ്പിച്ചു. പിറ്റേന്നു ക്ലാസ്സിൽ വരുമ്പോൾ പരിശീലനോപകരണങ്ങളൊന്നുമില്ലായിരുന്നു. അന്ന് മാസ്റ്റർ പറഞ്ഞു:

"ഇനി പരിശീലനം നിർത്താം. ഇനിമുതൽ നമുക്കു പാഠങ്ങളാരംഭിക്കാം."

വരാൻപോകുന്ന പാഠങ്ങളെക്കുറിച്ചുള്ള ആകുലത അവർക്കുള്ളിൽ നിറയാൻ തുടങ്ങി. നാവിലെ ഉണങ്ങാത്ത മുറിവുകളിൽ അപ്പോഴും നീറ്റൽ കത്തിപ്പടരുകയായിരുന്നു. പക്ഷേ, കരയാൻപോലും അവർ ഭയന്നുപോയി.

Gopi

നാല്

അന്നുരാവിലെ മണി മുഴങ്ങുമ്പോൾ കുട്ടികൾ വയലിലായിരുന്നു. കാർമേഘങ്ങളുടെ വിടവുകളിൽനിന്ന് വെയിലുറവകൾ പൊട്ടിയൊഴുകുന്ന ദിനങ്ങളിലൊന്നായിരുന്നു അത്. കൂരകളിൽനിന്നു പുറത്തിറങ്ങിയതും അവരുടെ ആകുലതകളെല്ലാം വെയിൽ കവർന്നെടുത്തു. ചെളിപ്പാടുകളിലൂടെ അവർ ഓടി. അവരപ്പോൾ സ്കൂളിനെയും മറന്നുപോയി. പരൽമീനുകൾ പാറ്റിയ കാലമായിരുന്നു. വരമ്പിന്റെ ഇടുക്കുകളിൽ വെളുത്ത മുട്ടകൾ നിക്ഷേപിച്ച് അതിനുമേൽ ഞവുഞ്ഞികൾ തപസ്സിരുന്നു. ഞണ്ടുകൾ മാളങ്ങളിൽനിന്നു വെയിലിലേക്കു തലനീട്ടി.

ഞവുഞ്ഞികളെ പൊന്തിച്ചുപിടിച്ച് അവയുടെ മുട്ടകൾ എണ്ണാൻ ഒരു ശ്രമം നടത്തിനോക്കി അവർ. അത് പരാജയപ്പെട്ടപ്പോൾ ഞവുഞ്ഞികളെ അവിടെത്തന്നെ വച്ചു. പിന്നെ വലിയ പുല്ലിൻതണ്ടുകൾ ഒടിച്ച് അവർ ഞണ്ടിൻമാളങ്ങളിൽ വെച്ചു. അതിൽ ഇറുകിപ്പിടിച്ച ഞണ്ടുകൾ പൊടുന്നനെ പിടിവിട്ട് വെള്ളത്തിലേക്കു വീണു. അവരപ്പോൾ കൈകൊട്ടിച്ചിരിച്ചു.

വലിയ പരൽമീനുകൾ ജലപ്പരപ്പിനു മുകളിൽ വന്നു നിൽക്കുന്നത് അവരപ്പോൾ കണ്ടുപിടിച്ചു. ആ മീൻകുഞ്ഞുങ്ങൾ അവരെ പ്രലോഭിപ്പിച്ചു. അൽപനേരം വയൽവരമ്പിൽ സംശയിച്ചുനിന്ന് അവർ വെള്ളത്തിലേക്കിറങ്ങി. അതോടെ അവർക്കുള്ളിലെ സമയബോധംതന്നെ കെട്ടുപോയി. കൈക്കുമ്പിളിൽ മീൻകുഞ്ഞുങ്ങളെ കോരിയെടുക്കുമ്പോഴാണ് സ്കൂളിൽ മണിയടിച്ചത്. ആ രാക്ഷസശബ്ദം അവരെ നിശ്ചലരാക്കി. അവരുടെ ആഹ്ലാദം നിലച്ചു. ഭീതിയോടെ പരസ്പരം നോക്കി. കൈക്കുടന്നയിലെ വെള്ളവുമായി നിവർന്നുനിന്നു. അവരറിയാതെ ആ വെള്ളം മുഴുവൻ ചോർന്നുപോയി. സന്ദിഗ്ധതയുടെ കുറേ നിമിഷങ്ങൾ. തങ്ങൾക്കു ലഭിച്ച ആജ്ഞയെക്കുറിച്ച് കുട്ടികൾ ഓർത്തു. ഇനിമുതൽ മണിയൊച്ചയെ അനുസരിക്കണമെന്നും ഇല്ലെങ്കിൽ വലിയ ശിക്ഷ കിട്ടുമെന്നും മാസ്റ്റർ ആവർത്തിച്ചുപറഞ്ഞത് അവരുടെ ചെവിയിൽ മുഴങ്ങി. അനുസരിച്ചില്ലെങ്കിൽ ശിക്ഷ എന്തായിരിക്കുമെന്ന്

അവർക്കറിയാമായിരുന്നു. മീൻകുഞ്ഞുങ്ങളെ വിട്ട് അവർ ഓടാൻ തുടങ്ങി. വഴുക്കുന്ന വയൽവരമ്പിൽ പലരും വഴുതിവീണു. വീണവർക്കു വേണ്ടി ആരും കാത്തുനിന്നില്ല.

കുട്ടികൾ ക്ലാസിലെത്തുമ്പോൾ മാസ്റ്റർ ചൂരലുയർത്തി നിൽക്കുകയായിരുന്നു. നിറഞ്ഞ ഭീതിയോടെ അവർ ചൂരലിലേക്കു നോക്കി.

"എന്താണ് എല്ലാവരും വൈകിയത്?"

കുട്ടികൾ ഉത്തരം പറഞ്ഞില്ല. ചൂരൽ മുതുകിൽ വീഴുന്നതും കാത്ത് അവർ നിന്നു.

'മണിയടിക്കുന്നതിനു മുമ്പ് സ്കൂളിൽ എത്തിയില്ലെങ്കിൽ കിട്ടുന്ന ശിക്ഷ എന്താണെന്നറിയണോ?"

അവർ വേണ്ടെന്നു തലയാട്ടി.

"ഇന്നത്തേക്ക് ഞാൻ ക്ഷമിക്കുന്നു. ഇനി ആവർത്തിക്കാതിരുന്നാൽ നിങ്ങൾക്ക് നല്ലത്. എല്ലാവരും ഇരുന്നോളൂ."

അനുസരണയുടെ മഹത്വത്തെക്കുറിച്ച് മാസ്റ്റർ ചെറിയൊരു പ്രഭാഷണം തന്നെ ആരംഭിച്ചു. അന്നേരമാണ് യോഹന്നാൻ വാതിൽക്കൽ പ്രത്യക്ഷപ്പെട്ടത്. അന്വേഷണങ്ങൾ കഴിഞ്ഞു വരികയായിരുന്നു അവൻ. അവന്റെ മുടിയിഴകളിൽ ഇലകളും പൂക്കളുമൊക്കെ കുരുങ്ങിക്കിടന്നിരുന്നു. കീശകൾ നിറഞ്ഞുവീർത്തിരുന്നു.

ആദ്യം മാസ്റ്റർ അവനെ കണ്ടതായി ഭാവിച്ചില്ല. അല്പം കഴിഞ്ഞപ്പോൾ അവൻ കൂട്ടുകാർക്കിടയിൽ വന്നിരുന്നു. അതിനും മാസ്റ്ററിൽ നിന്നു പ്രതികരണമുണ്ടായില്ല. അനുസരണയെക്കുറിച്ചുള്ള പ്രഭാഷണം അവസാനിച്ചപ്പോൾ മാസ്റ്റർ പറഞ്ഞു:

"ഇന്ന് നമ്മൾ സാമൂഹ്യപാഠം പഠിക്കാൻ തുടങ്ങുകയാണ്. ഇനിമുതൽ ആരും വയലുകളിൽ കളിക്കാൻ നിൽക്കരുത്. സാമൂഹ്യപാഠം പഠിക്കാൻ തുടങ്ങിയാൽ മറ്റൊന്നിനെക്കുറിച്ചും ഓർക്കരുത്."

പെട്ടെന്ന് പിറകിലെ ബെഞ്ചിൽനിന്ന് ഒരു തേങ്ങലുയർന്നു. നല്ല ദിവസത്തെ അപസ്വരം മാസ്റ്ററെ അലോസരപ്പെടുത്തി. തേങ്ങലുയർന്ന ബഞ്ചിനരികിൽ അയാളെത്തി. കരയുന്ന കുട്ടിയോട് എഴുന്നേൽക്കാൻ പറഞ്ഞു. ഞരമ്പുകൾ വലിഞ്ഞുമുറുകിയ മുഖവുമായി അവൻ നിന്നു. അത് കണ്ണൻകുട്ടിയായിരുന്നു. അവന്റെ മൂക്കിൽനിന്ന് മൂക്കള ഒലിച്ചിറങ്ങിയിരുന്നു. അവന്റെ വസ്ത്രത്തിലാകെ ചെളി പുരണ്ടിരുന്നു. കുറ്റിപ്പെൻസിലും ഇലമുളച്ചിയും സൂക്ഷിക്കുന്ന കീശ കറുത്തുതുടങ്ങിയിരുന്നു.

"എന്തിനാ നീ കരയുന്നത്?"

"എനിക്കു തൂറണം."

മാസ്റ്റർ അവനോട് ഇരിക്കാൻ ആജ്ഞാപിച്ചു. എന്താണ് സംഭവി

ക്കാൻപോകുന്നതെന്നറിയാതെ കുട്ടികൾ നിശ്ശബ്ദരായിരുന്നു. അപ്പോൾ അയാൾ അവർക്കൊരു മുന്നറിയിപ്പ് നൽകി:

"സാമൂഹ്യപാഠം തുടങ്ങിയാൽ ആർക്കും തൂറാൻ തോന്നരുത്. ആരെയും പുറത്തുവിടില്ല. ഇവിടത്തെ നിയമം അതാണ്. മറയ്ക്കിരിക്കാനായി ഒരിക്കലും മണിയടിക്കില്ല. ആരും കരഞ്ഞിട്ട് കാര്യമില്ല."

കണ്ണൻകുട്ടി അപ്പോഴും തേങ്ങുകയായിരുന്നു.

"എന്നാൽ നമുക്ക് സാമൂഹ്യപാഠം ആരംഭിക്കാം."

അന്നേരം കണ്ണൻകുട്ടിയുടെ തേങ്ങൽ അലറിക്കരച്ചിലായി. കുട്ടികൾ ഇരിപ്പിടങ്ങളിൽനിന്ന് പിടഞ്ഞെഴുന്നേറ്റ് കണ്ണൻകുട്ടിയെ നോക്കി.

അപ്പോൾ ഹാളിലാകെ ദുർഗന്ധം പടർന്നു. കണ്ണൻകുട്ടിയുടെ വിസർജ്ജ്യം ഒരു പ്രതിഷേധമായി നിലത്തുവീണു. പൊടുന്നനെ മാസ്റ്ററുടെ ചൂരൽ അവന്റെ ശരീരത്തിൽ പതിച്ചു.

"ഇറങ്ങി ഓടെടാ..."

കരയുന്ന ചങ്ങാതിയെ വിറപൂണ്ട മുഖവുമായി കുട്ടികൾ നോക്കി നിന്നു. ഇടമുറിയാത്ത കണ്ണീർച്ചാലുകളും തുടകളിലൂടെ ഒലിച്ചിറങ്ങുന്ന വിസർജ്ജ്യത്തിന്റെ ഭാരവുമായി കണ്ണൻകുട്ടി പാഠശാലയിൽനിന്ന് ഇറങ്ങിനടന്നു.

അസഹനീയമായ ദുർഗന്ധത്താൽ മാസ്റ്റർ മൂക്കുപൊത്തി. അയാളുടെ മുഖത്ത് രൗദ്രത്തിന്റെ ചോര പടർന്നു. കോപം തണുക്കുന്നതുവരെ ചൂരൽ ആരുടെയൊക്കെയോ ശരീരത്തിൽ പുളച്ചുനടന്നു. ബെഞ്ചുകളിൽനിന്ന് തേങ്ങലും ഞരക്കവുമുയർന്നു.

മാസ്റ്റർ തന്റെ കസേരയിൽ തളർന്നിരിക്കുമ്പോൾ ലഹരിനിറഞ്ഞ ആലസ്യമായിരുന്നു അയാളുടെ മുഖത്ത്. ദുർഗന്ധം കൂടുതൽ തീക്ഷ്ണമായി. ഇനി ഇവിടെയിരുന്ന് സാമൂഹ്യപാഠം പഠിപ്പിക്കാനാവില്ലെന്ന് മാസ്റ്റർക്ക് മനസ്സിലായി. പക്ഷേ, കുട്ടികൾ ആ ദുർഗന്ധമറിഞ്ഞില്ല. നിലത്തുവീണ വിസർജ്ജ്യം അടിച്ചമർത്തപ്പെട്ട വികാരങ്ങളുടെ പ്രതലം പൊട്ടി പുറത്തുവന്ന സ്വാതന്ത്ര്യത്തിന്റെ മുദ്രകൾ മാത്രമായിരുന്നു അവർക്ക്. നേർത്ത മഞ്ഞപടർന്ന ആ മുദ്രകളിലേക്ക് നോക്കിയപ്പോൾ കുട്ടികൾ കൊതിച്ചത് കണ്ണൻകുട്ടിയെപ്പോലെ ആട്ടിപ്പായിക്കപ്പെടാനായിരുന്നു. മേശപ്പുറത്തെ ചൂരലിന്റെ മൗനാജ്ഞയെ ഭയന്ന് ഉഷ്ണവികാരങ്ങൾ അവർ അമർത്തിവെച്ചു.

മാസ്റ്റർ കസേരയിൽനിന്ന് എഴുന്നേറ്റുപോയി. അൽപനേരം കഴിഞ്ഞ് അയാൾ തിരിച്ചുനടന്നു.

"നമ്മൾ ഇവിടംവിട്ടു പോകണം."

മാസ്റ്റർ ആജ്ഞാപിച്ചു.

പിന്നിലെ ബെഞ്ചിൽനിന്ന് അപ്പോൾ ഒരു ചോദ്യം ഉയർന്നു:

"ഇവിടെനിന്നു പോകുന്നത് എന്തിനാണ് സാർ?"

കുട്ടികൾ തിരിഞ്ഞുനോക്കി. അത് യോഹന്നാനായിരുന്നു. സ്വന്തം സഹജീവിയെ ആട്ടിയിറക്കിയതിനുശേഷം അവിടംവിട്ടു പോകുകയാണെന്നറിഞ്ഞപ്പോൾ യോഹന്നാൻ ഉണർന്നു.

യോഹന്നാന്റെ ചോദ്യം ഒരു തുടക്കം മാത്രമായിരുന്നു. പെട്ടെന്നു തന്നെ അതു മറ്റു ബഞ്ചുകളിലേക്കും പടർന്നു. നരേന്ദ്രനും ലക്ഷ്മണനും ഷാജഹാനും പാർവതിയുമൊക്കെ അവരുടെ ഇരിപ്പിടങ്ങളിൽനിന്ന് എഴുന്നേറ്റു:

"ഇവിടന്ന് പോകണ്ട സാർ."

"ഞങ്ങൾ ഇവിടെത്തന്നെ ഇരുന്നോളാം സാർ."

അപ്പോൾ മാസ്റ്റർ വീണ്ടും ചൂരൽ കൈയിലെടുത്തു. ചൂരലിന്റെ ആജ്ഞ ഒരു പ്രഹരമായി യോഹന്നാന്റെ കൂനിന്മേലാണു പതിച്ചത്. അതോടെ കുട്ടികൾ നിശ്ശബ്ദരായി.

എല്ലാവർക്കും പ്രഹരമേൽക്കുമെന്നാണ് കുട്ടികൾ കരുതിയത്. പക്ഷേ, അതുണ്ടായില്ല. ഇനിയും കുട്ടികളുടെ പ്രതിഷേധം ഉയരുന്നതിനുമുമ്പ് അവരെ കനത്ത ചുവരുകൾക്കകത്തേക്കു കൊണ്ടുപോകുന്നതാണ് നല്ലതെന്ന് അയാൾക്കു തോന്നി. ഇനി ഇവർ നെൽപ്പാടവും കുന്നും നോക്കിയിരിക്കരുത്. കാറ്റിന്റെ മർമ്മരം കേൾക്കരുത്. പറവകളെ കാണരുത്.

"നിങ്ങൾ എവിടെയിരിക്കണമെന്ന് ഞാൻ തീരുമാനിക്കും. നാവടക്കിയാൽ മതി."

പിന്നെ അയാൾ ചുവരിൽനിന്ന് അഭയമുദ്ര അഴിച്ചെടുത്തു. അത് യോഹന്നാനോടു പിടിക്കാൻ പറഞ്ഞു.

"ഇത് തലയിൽവയ്ക്കടാ കൂനാ.'

അവൻ അനുസരിച്ചു. കുട്ടികളെ യോഹന്നാനു പിന്നിൽ വരിവരിയായി നിർത്തിക്കഴിഞ്ഞപ്പോൾ മാസ്റ്റർ അവരോട് നടക്കാൻ പറഞ്ഞു. അവർ ഒരു ജാഥയായി മറ്റൊരിടം തേടി യാത്ര തിരിച്ചു.സ്വന്തം വീടുപേക്ഷിച്ചുപോകുന്നവരെപ്പോലെ അവർ ദുഃഖിതരായി തിരിഞ്ഞുനോക്കി. അവിടെ മൺനിലത്ത് തങ്ങളുടെ എന്തൊക്കെയോ വീണുകിടക്കുന്നുണ്ടെന്ന് അവർക്കറിയാം. അതൊക്കെ പെറുക്കിയെടുക്കാനുള്ള സമയംപോലും അനുവദിക്കപ്പെട്ടിട്ടില്ല. സ്കൂളിന്റെ നേരങ്ങൾ അവരുടേതല്ലാതായിക്കഴിഞ്ഞിരുന്നല്ലോ!

അഞ്ച്

കരിങ്കൽച്ചുവരുള്ള കെട്ടിടങ്ങൾ മറ്റു കെട്ടിടങ്ങളിൽനിന്നു വ്യത്യസ്തമായിരുന്നു. വളരെക്കൂടുതൽ ഉയരമുണ്ടായിരുന്നു അതിന്റെ ചുവരുകൾക്ക്. കടുപ്പംകൂടിയ ലോഹത്തകിടുകൊണ്ടു തീർത്തതായിരുന്നു അതിന്റെ വാതിൽ. കിളിവാതിലിലൂടെ അകത്തേക്കു പ്രവേശിച്ചിരുന്നത് നേർത്ത പ്രകാശം മാത്രം. ലോഹവാതിൽ മുമ്പൊന്നും അവർ തുറന്നുകണ്ടിട്ടില്ല.

ഒഴിവുനേരങ്ങളിൽ പലപ്പോഴും അവർ ആ വാതിൽക്കലോളം ചെന്നിട്ടുണ്ട്. കെട്ടിടത്തെ വലംവെച്ചിട്ടുണ്ട്. കിളിവാതിലിലൂടെ കല്ലുകൾ പെറുക്കിയെറിഞ്ഞിട്ടുണ്ട്.

കരിങ്കൽച്ചുവരിനെ വലംവയ്ക്കുമ്പോൾ അവർ ദുർജ്ഞേയതയുടെ ഗ്രാനേറ്റ് രേഖകളിൽ സ്പർശിക്കും. ചിലപ്പോൾ കല്ലിന്റെ തണുപ്പിൽ കവിളമർത്തി നിൽക്കും.

അടഞ്ഞ വാതിലിൽ ചെവിചേർത്ത് എന്തെങ്കിലും ഒരു ശബ്ദത്തിനുവേണ്ടി ഏറെനേരം കാത്തിരുന്നിട്ടുണ്ടവർ. ആരോ അതിനകത്തുണ്ടെന്ന തോന്നലായിരുന്നു അവർക്ക്. ഏതോ രാജാവിനെക്കുറിച്ചുള്ള കഥയിലെ രാക്ഷസൻ കോട്ടയും കോട്ടയിൽ തടവിലാക്കപ്പെട്ട രാക്ഷസനും അവരുടെ ഓർമ്മയിലെത്തും. അപ്പോഴവർ അടക്കിപ്പിടിച്ചേ സംസാരിക്കൂ. ചിലപ്പോൾ മണിയൊച്ച ഉണർത്തുന്നതുവരെ അവർ വാതിൽക്കൽ തപസ്സുചെയ്തിട്ടുണ്ട്. പക്ഷേ, എല്ലാം വെറുതെ. നരിച്ചീറിന്റെ ചിറകടിയൊച്ചപോലും അവർ കേട്ടില്ല. അപ്പോൾ അവരിൽ പലരും എന്തെല്ലാമോ നിരൂപിച്ചു പറഞ്ഞു. പക്ഷേ, യോഹന്നാൻ മാത്രം ഒന്നും പറഞ്ഞില്ല. കരിങ്കൽച്ചുവരിനകത്തേക്കു മനസ്സു കടന്നു ചെന്നപ്പോൾ അവനുള്ളിൽ നിറഞ്ഞത് കനത്ത ഇരുട്ടും തണുപ്പും മാത്രം.

ആ കനത്ത വാതിൽ തങ്ങൾക്കായാണു തുറക്കപ്പെടുകയെന്ന് കുട്ടികൾ ഒരിക്കലും കരുതിയതല്ല. വല്ലാത്ത ശബ്ദത്തോടെ വാതിൽ തുറ

ന്നതും അവരൊന്നു പകച്ചു. അകത്തേക്കു പ്രവേശിക്കാൻ ധൈര്യം പോരാതെ അവർ വാതിൽക്കൽ നിന്നു.

"നമ്മളെ ഇതിനകത്തിട്ട് പൂട്ടാൻ പൂവ്വാണോ?"

പതിഞ്ഞ സ്വരത്തിൽ ആരോ ചോദിക്കുന്നത് മാസ്റ്റർ കേട്ടു.മാസ്റ്ററുടെ കണ്ണുകളിലെ രോഷാഗ്നി അവരെ പൊള്ളിച്ചു. മാസ്റ്റർ അകത്തു കടക്കാൻ ആജ്ഞാപിച്ചതും മടിച്ചുമടിച്ച് ഓരോരുത്തരായി അകത്തു കയറി. താൻ വിചാരിച്ച അത്രയും ഇരുട്ട് അതിനുള്ളിലില്ലെന്ന് യോഹന്നാനറിഞ്ഞു. ഇരിപ്പിടങ്ങളൊക്കെ വ്യക്തമായി കാണാം.

ആ ഇരിപ്പിടങ്ങൾ കൈയടക്കുമ്പോൾ അവർ ശാന്തരായിരുന്നു. അവരുടെ ശ്വാസഗതിപോലും മന്ദമായി. മൗനത്തിലും ജ്വലിച്ചുനിന്ന കണ്ണുകൾമാത്രം വാചാലമായി. മാസ്റ്റർ ആ അഭയമുദ്ര കരിങ്കൽച്ചുവരിൽ തൂക്കിയിട്ടു. നേർത്ത വെളിച്ചത്തിൽ അതിന്റെ സാന്നിദ്ധ്യം രാക്ഷസീയമായിരുന്നു. കുട്ടികൾ അങ്ങോട്ടു നോക്കാൻ ഭയന്നു.

അന്ന് മാസ്റ്റർ സാമൂഹ്യപാഠമെടുത്തില്ല. ശിലയിൽ കൊത്തിവെച്ച രൗദ്രശില്പമായി അയാൾ തന്റെ കസേരയിലിരുന്നു.

കിളിവാതിലിലൂടെ തെളിയുന്ന ആകാശക്കീറിലേക്ക് കുട്ടികൾ നോക്കിയിരുന്നു. ദീനദീനം കരഞ്ഞുകൊണ്ട് എങ്ങോട്ടോ പറന്നുപോകുന്ന ഒരു കൊറ്റിയുടെ ശബ്ദം അവർ കേട്ടു. വളരെ ഉയരത്തിലുള്ള കിളിവാതിലിലൂടെ ഒരു പക്ഷിയെപ്പോലും കാണാനാവുന്നില്ലല്ലോ എന്നോർത്ത് അവർ ദുഃഖിതരായി. വൈകുന്നേരം അവിടെനിന്ന് പുറത്തുകടന്നപ്പോഴാണ് അവർക്ക് ആശ്വാസമായത്. പക്ഷേ, വയൽവരമ്പിലൂടെ നടക്കുമ്പോൾ അവർ ആഹ്ലാദപൂർവം കൂക്കിവിളിച്ചില്ല. നെല്ലിപ്പൂക്കൾ പറിക്കാൻ നിന്നില്ല. ഞണ്ടുകളുടെ മാളം തേടിപ്പോയില്ല. വളരെ കുറച്ചു വാക്കുകളിലൂടെ പരസ്പരം കൈമാറിയത് അസ്വസ്ഥത മാത്രം. സ്വാതന്ത്ര്യത്തിന്റെ ലോകം വീണ്ടും വീണ്ടും ചുരുങ്ങിവരികയാണെന്ന് കുട്ടികൾ അറിഞ്ഞു തുടങ്ങുകയായിരുന്നു.

വീട്ടിലെത്തിയ കുട്ടികൾ അമ്മമാരോട് കുറേ പരാതി പറഞ്ഞു. എന്തിനാണ് തങ്ങളെ സ്കൂളിലേക്ക് വിട്ടതെന്ന ചോദ്യത്തിന് അമ്മമാർ ഉത്തരം പറഞ്ഞില്ല. ചൂരൽ വീണുണ്ടായ തിണർപ്പുകളിൽ തലോടി അവർ വിതുമ്പലൊതുക്കി. എന്നിട്ടും കണ്ണീരു പൊട്ടിയൊഴുകി. അവരപ്പോൾ പുരുഷന്മാരെ ശപിച്ചു.

കുട്ടികളോട് സ്കൂളിലേക്ക് പോകേണ്ടെന്ന് അമ്മമാർ പറഞ്ഞില്ല. അതിനുള്ള അധികാരം അവർക്കില്ലായിരുന്നു. കുട്ടികളെ പണയപ്പെടുത്തി അതിനുള്ള പണം പുരുഷന്മാർ കൈപ്പറ്റിക്കഴിഞ്ഞതാണ്. കുട്ടി

കൾ സ്കൂളിലെത്തിയില്ലെങ്കിൽ അവരെ പിടിച്ചുകെട്ടിക്കൊണ്ടുപോകാൻ ആളുകളെത്തും. ആ മുഷ്യരെ നേരിടാനുള്ള കരുത്ത് അവരുടെ മാതൃത്വത്തിനില്ല.

അന്നുരാത്രി ഭയാനകമായ ദുഃസ്വപ്നങ്ങൾ കണ്ട് കുട്ടികൾ ഞെട്ടിയുണർന്നു കരഞ്ഞു. ആ ദുഃസ്വപ്നങ്ങളിലൂടെ ഒരുപാടു പീഡനങ്ങൾ അനുഭവിച്ചുതീർന്നപ്പോൾ അവർ സഹനത്തിലൂടെ കരുത്തു നേടുകയായിരുന്നു. ഒറ്റരാവുകൊണ്ട് സമനില വീണ്ടെടുത്തവരായാണ് പിറ്റേന്ന് അവർ സ്കൂളിലെത്തിയത്. യാതൊരു സങ്കോചവുമില്ലാതെ ഇരുമ്പുവാതിൽ കടന്ന് അവർ ഇരിപ്പിടങ്ങളിൽ ചെന്നിരുന്നു. തങ്ങൾ ഉപക്ഷിച്ചുപോന്ന ക്ലാസ്സിലെ മൺനിലത്തെക്കുറിച്ച് അവരപ്പോൾ ഓർത്തു. അവിടെ വീണുപോയ വളപ്പൊട്ടുകളെക്കുറിച്ച് പാർവ്വതി പറഞ്ഞപ്പോഴാണ് ഓരോരുത്തരും അവരവർക്കു നഷ്ടപ്പെട്ട വസ്തുക്കളെക്കുറിച്ച് ഓർത്തത്. ഗോട്ടി, മഞ്ചാടിക്കുരു, പാദസരം... നഷ്ടങ്ങളുടെ പേരുകൾ ഓരോരുത്തരും നിരത്തി. അവർ വീണ്ടും അസ്വസ്ഥരാവുകയായിരുന്നു.

അന്ന് മാസ്റ്റർ കയറിവന്നതും അവർ ചോദിച്ചു:

"ഞങ്ങൾക്ക് ആ ക്ലാസ്സിലേക്ക് പോയ്ക്കൂടേ സാർ?"

"പാടില്ല."

"പാർവതിയുടെ വളപ്പൊട്ട് അവിടെ വീണുപോയിട്ടുണ്ട് സാർ."

"നരേന്ദ്രന്റെ ഗോട്ടി പോയിട്ടുണ്ട് സാർ."

'റംലയുടെ പാദസരം പോയിട്ടുണ്ട് സാർ."

ഓരോരുത്തരായി വിളിച്ചുപറയാൻ തുടങ്ങി. പക്ഷേ, മാസ്റ്റർ അവരുടെ വാക്കുകളെ നിരാകരിച്ചു.

അന്നുച്ചയ്ക്കു ഭക്ഷണം കഴിക്കാൻ വിട്ടപ്പോൾ മാസ്റ്ററുടെ സമ്മതമില്ലാതെതന്നെ നഷ്ടപ്പെട്ടുപോയതൊക്കെ തിരഞ്ഞുനടന്ന് അവർ വിശപ്പു മറന്നു.

കണ്ണൻകുട്ടി വീഴ്ത്തിയ മുദ്രകളൊക്കെ പൊടിമണ്ണിൽ ലയിച്ചുചേർന്നിരുന്നു. ആ മണ്ണിൽ വിരലാഴ്ത്തുമ്പോൾ അവർക്ക് എന്തെന്നില്ലാത്ത ആഹ്ലാദം തോന്നി. മണ്ണിന്റെ അറകളിൽനിന്ന് അവർ ഓരോന്നു കണ്ടെടുത്തു.

പാർവ്വതിക്ക് അവളുടെ വളപ്പൊട്ട് കിട്ടി. അവളത് കുങ്കുമച്ചെപ്പിൽ പെറുക്കിയിട്ടു.

നരേന്ദ്രന് ഗോട്ടി കിട്ടി.

റംലയ്ക്ക് പാദസരം.

ലക്ഷ്മണന് മഞ്ചാടിക്കുരു.

യോഹന്നാന് ഒന്നും നഷ്ടപ്പെട്ടിട്ടില്ലായിരുന്നു. അതുകൊണ്ട് അവൻ മറ്റുള്ളവർക്ക് നഷ്ടപ്പെട്ടതൊക്കെ വീണ്ടെടുക്കാനാണ് ഓരോ ഇഞ്ചും പരതി നടന്നത്. മണ്ണ് ഇളക്കിമറിക്കുമ്പോൾ അവൻ കണ്ണൻകുട്ടിയെ ഓർത്തു. അവന്റെ എന്താണു നഷ്ടപ്പെട്ടത് എന്നറിഞ്ഞിരുന്നെങ്കിൽ തിരഞ്ഞുനോക്കാമായിരുന്നുവെന്നും ചിന്തിച്ചു.

ഇതിനിടെ രണ്ടുപേർ വഴക്കിടാൻ തുടങ്ങി. ഒരു മുത്തുമണിക്കു വേണ്ടിയായിരുന്നു അവരുടെ വഴക്ക്. വഴക്കു മൂർച്ഛിച്ചതും ഒരാൾ പോക്കറ്റിൽനിന്ന് ബ്ലെയിഡെടുത്ത് എതിരാളിക്കുനേരെ ഓങ്ങി. യോഹന്നാൻ ഓടിച്ചെന്ന് ആ ബ്ലെയ്ഡ് പിടിച്ചുവാങ്ങുമ്പോൾ അവന്റെ കൈ മുറിഞ്ഞ് ഒരിറ്റു ചോര മണ്ണിൽ വീണു. അതോടെ ആ വഴക്ക് അവസാനിച്ചു. യോഹന്നാൻ ആ ബ്ലെയ്ഡ് കൈതപ്പൊന്തയിലേക്കു വലിച്ചെറിഞ്ഞു.

പെട്ടെന്നാണ് മണി മുഴങ്ങിയത്. ഭക്ഷണം കഴിക്കാൻ വേണ്ടി അനുവദിക്കപ്പെട്ട സമയം കഴിഞ്ഞിരുന്നു. ഇനി വൈകുന്നേരംവരെ വിശന്നിരിക്കേണ്ടിവരുമെന്ന് അവർക്കറിയാം. വിശപ്പു സഹിക്കാൻ അവർ തയ്യാറായിരുന്നു. അവർ കരിങ്കൽച്ചുവരിനരികത്തേക്ക് ഓടി. തിരിച്ചു കിട്ടിയതൊക്കെ നഷ്ടപ്പെട്ടുപോകാതിരിക്കാൻ അവരത് ഭദ്രമായി സൂക്ഷിച്ചിരുന്നു.

കരിങ്കൽച്ചുവരിനകത്തെ ഇടുങ്ങിയ സ്ഥലം ആ സ്വപ്നങ്ങൾ കൊണ്ട് നിറയ്ക്കാമെന്നു വ്യാമോഹിച്ച് അവർ മാസ്റ്ററെ കാത്തിരുന്നു.

Gopi

ആറ്

അന്ന് സ്കൂളിൽ നേരത്തെ മണി മുഴങ്ങി.

ആ ദിവസം രാവിലെ മണി മുഴങ്ങിയാൽ പാഠശാലയുടെ മുറ്റത്ത് ഒത്തുചേരാൻ കുട്ടികൾക്കു കല്പന കിട്ടിയിരുന്നു. പലരും വയൽവരമ്പിൽവെച്ചാണ് മണിയൊച്ച കേട്ടത്. അവരൊക്കെ ഓടിത്തളർന്നാണ് സ്കൂളിന്റെ മുറ്റത്തെത്തിയതും.

എന്താണ് സംഭവിക്കാൻ പോകുന്നതെന്നറിയാതെ ആകാംക്ഷയോടെ കുട്ടികൾ ഒരിടത്തു കൂടിനിന്നു. അപ്പോൾ മാസ്റ്റർ അവരുടെ മുമ്പിലെത്തി.

പളപളാന്ന് മിന്നുന്ന പുതുവസ്ത്രങ്ങളാണ് അയാൾ അണിഞ്ഞിരുന്നത്. എന്തെല്ലാമോ സുഗന്ധങ്ങൾ അയാൾക്കൊപ്പം കടന്നുവന്നു. തിളങ്ങുന്ന വസ്ത്രത്തിലേക്കുതന്നെ ഉറ്റുനോക്കി കുട്ടികൾ നിന്നു.

“ഇങ്ങനെയല്ല അസംബ്ലിയിൽ നിൽക്കേണ്ടത്. ഉയരക്രമത്തിൽ വരിയായി നിൽക്കണം.” മാസ്റ്റർ പറഞ്ഞു.

അപ്പോൾ മണിയടിക്കുന്ന വൃദ്ധൻ അങ്ങോട്ട് ഓടിവന്നു. കുട്ടികളെ എങ്ങനെ അസംബ്ലിയിൽ നിർത്തണമെന്ന് മാസ്റ്റർ നിർദ്ദേശം നൽകി.

ആകാശം മൂടിക്കെട്ടിയിരുന്നു. പെയ്തൊഴിയാൻ കാത്തുനിൽക്കുന്ന കറുത്ത മേഘങ്ങളിലേക്ക് മാസ്റ്റർ നോക്കി. മഴയുടെ സൂചനയെന്നോണം തണുത്ത കാറ്റടിച്ചു. പക്ഷേ, മാസ്റ്റർ അതത്ര കാര്യമാക്കിയില്ല. ഒരു തെരുവുപ്രാസംഗികന്റെ വികാരവായ്പോടെയാണ് മാസ്റ്റർ സംസാരിച്ചുതുടങ്ങിയത്. അസംബ്ലി ചേർന്നതെന്തിനാണെന്ന് വിശദീകരിക്കുകയായിരുന്നു അയാൾ.

“വളരെ ദൂരെയിരുന്ന് നമ്മളെയൊക്കെ ഭരിക്കുന്ന നേതാജിയുടെ പിറന്നാൾ ദിവസമാണിന്ന്. അദ്ദേഹത്തിന്റെ ദീർഘായുസ്സിനുവേണ്ടി നാം സർവ്വേശ്വരനോട് പ്രാർത്ഥിക്കണം. അഞ്ചുമിനുട്ടുനേരം എല്ലാവരും മൗനമായി നിൽക്കുവിൻ.”

അഞ്ചുനിമിഷം കഴിയുന്നതിനുമുമ്പ് കുട്ടികൾക്കിടയിൽനിന്ന് ചിരി

മുഴങ്ങി.

"ആരാണ് ചിരിച്ചത്?"

മാസ്റ്ററുടെ ശബ്ദം ഇടിമുഴക്കമായി.

എല്ലാ കണ്ണുകളും ചെന്നുവീണത് യോഹന്നാന്റെ മുഖത്തായിരുന്നു. അവന്റെ മുഖത്തെ ചിരി അപ്പോഴും മാഞ്ഞിരുന്നില്ല.

മാസ്റ്റർ യോഹന്നാനുനേരെ വിരൽചൂണ്ടി വൃദ്ധനോട് ആജ്ഞാപിച്ചു.

"കൂനനെ അസംബ്ലിയിൽനിന്ന് മാറ്റിനിർത്തൂ."

വൃദ്ധൻ യോഹന്നാനെ പിടിച്ചുമാറ്റുമ്പോഴും അവനൊട്ടും പരിഭ്രമം തോന്നിയില്ല. ഗൂഢമായ ആഹ്ലാദമായിരുന്നു അപ്പോഴും അവന്റെ മുഖത്ത്.

നേതാജിയെക്കുറിച്ചുള്ള പ്രസംഗം വീണ്ടും തുടങ്ങി. നേതാജിയുടെ ചിത്രം മാത്രം കണ്ടിട്ടുള്ള കുട്ടികളോട് ആദ്യമായാണ് മാസ്റ്റർ നേതാജിയുടെ മഹത്വത്തെക്കുറിച്ച് പ്രസംഗിക്കുന്നത്. ഏതോ നാടോടിക്കഥ കേൾക്കുന്നവരുടെ വിസ്മയമായിരുന്നു കുട്ടികൾക്ക്.

മാസ്റ്റർ നേതാജിയുടെ വീരകഥകൾ ചുരുക്കിപ്പറഞ്ഞു. അത് ഒരു വ്യക്തിയുടെ മാത്രം കഥയായിരുന്നില്ല. ഭരിക്കാൻ മാത്രം നിയോഗിക്കപ്പെട്ട ഒരു കുടുംബത്തിന്റെ കഥയായിരുന്നു.

ആ പിറന്നാളാഘോഷത്തിന്റെ അവസാനത്തെ ചടങ്ങ് ദേശീയഗാനമായിരുന്നു. നേതാജിയുടെയും കുടുംബത്തിന്റെയും അംഗരക്ഷകന്മാരുടെയും പട്ടാളത്തിന്റെയും അപദാനങ്ങൾ ഉദ്ഘോഷിക്കുന്ന നീണ്ട കീർത്തനമായിരുന്നു അത്. കുട്ടികളോട് ഏറ്റുപാടാൻ കൽപ്പിച്ച് മാസ്റ്റർ ഉറക്കെ ചൊല്ലാൻ തുടങ്ങിയതും ആ ശബ്ദത്തെ വിഴുങ്ങിക്കൊണ്ട് മഴയുടെ ആരവമുയർന്നു. മഴത്തുള്ളികൾ ശിരസ്സിൽ വീണതും കുട്ടികൾ ഒന്നിളകി.

"ദേശീയഗാനം ചൊല്ലിക്കഴിയാതെ ആരും പിരിഞ്ഞുപോകരുത്."

മാസ്റ്റർ വിളിച്ചുപറഞ്ഞു.

ഇതിനിടെ വൃദ്ധൻ വലിയൊരു കുടയുമായി വന്നു. കുടക്കീഴിൽനിന്ന് മാസ്റ്റർ കീർത്തനം ചൊല്ലാൻ തുടങ്ങി. മഴയിൽനിന്ന് ഓടിപ്പോകാനാവാതെ കുട്ടികൾ ഏറ്റുചൊല്ലി.

പക്ഷേ, യോഹന്നാൻ മാത്രം മഴ നനയാൻ നിന്നില്ല. അവൻ ക്ലാസിലേക്ക് ഓടിപ്പോയി.

അസംബ്ലി കഴിഞ്ഞ് കുട്ടികൾ തങ്ങളുടെ ഇരിപ്പിടങ്ങൾക്കരികിലെത്തുമ്പോൾ അവർ തണുത്തുവിറയ്ക്കുന്നുണ്ടായിരുന്നു. യോഹന്നാൻ

അവർക്കിടയിലൂടെ ചുറ്റിനടന്ന് നനയാത്ത ശരീരം കാണിച്ച് അവരെ വ്യാമോഹിപ്പിച്ചു. യോഹന്നാനോടൊപ്പം ഓടിപ്പോന്നാൽ മതിയായിരുന്നുവെന്ന് അപ്പോൾ കുട്ടികൾക്ക് തോന്നി. ശരീരത്തിൽനിന്ന് വെള്ളം തുടച്ചുകളഞ്ഞിട്ടും നനവ് വിട്ടില്ല.

അപ്പോൾ മാസ്റ്റർ വാതിൽക്കൽ പ്രത്യക്ഷപ്പെട്ടു. യോഹന്നാൻ അപ്പോഴും കുട്ടികൾക്കിടയിൽ ചുറ്റിനടക്കുകയായിരുന്നു. മാസ്റ്റർ അവനെ അരികിലേക്കു വിളിച്ചു. യോഹന്നാൻ അടുത്തെത്തിയതും യാന്ത്രികമായ വേഗത്തിൽ മാസ്റ്ററുടെ കൈ ചലിച്ചു. ചൂരൽ യോഹന്നാന്റെ ശരീരത്തിൽ പുളച്ചു. കുട്ടികൾ കണ്ണുപൊത്തി.

"നിനക്ക് മഴകൊള്ളാൻ വയ്യേടാ കൂനാ?"

"മഴകൊണ്ടാ എനിക്ക് പനിപിടിക്കും."

"എന്നാൽ, നീ പനിപിടിച്ചു തുള്ളുന്നത് എനിക്കൊന്നു കാണണം. പോയി മുറ്റത്തു നിൽക്കെടാ."

"ഞാൻ പോണില്യ."

അപ്പോൾ മാസ്റ്റർ അവനെ പുറത്തേക്കു വലിച്ചിഴച്ചു. കുട്ടികൾ വീർപ്പടക്കി നോക്കിനിന്നു.

യോഹന്നാൻ പ്രതിഷേധിക്കുന്നുണ്ടായിരുന്നു. പക്ഷേ, മാസ്റ്ററുടെ പിടിയിൽനിന്ന് കുതറിമാറാൻ അവനു കഴിഞ്ഞില്ല.വാതിൽക്കലെത്തിയതും പുറത്തേക്ക് എടുത്തെറിയപ്പെടുമെന്ന് അവനുറപ്പായി.

മഴകൊള്ളുന്നതായിരുന്നില്ല യോഹന്നാന്റെ പ്രശ്നം. ഒരു പരാജയം ഏറ്റുവാങ്ങാൻ അവന്റെ മനസ്സു സമ്മതിച്ചില്ല. യോഹന്നാന്റെ ആത്മബോധമുണർന്നു. അവന്റെ പല്ലുകൾ മാസ്റ്ററുടെ കൈത്തണ്ടയിലെ വെളുത്ത മാംസത്തിൽ തുളഞ്ഞുകയറി.

ഒരു ഞരക്കത്തോടെ മാസ്റ്റർ പിടിവിട്ടു. അയാൾ യോഹന്നാന്റെ മുഖത്തേക്കു നോക്കി. ആ കണ്ണുകളിൽ അഗ്നിയായിരുന്നു. അത് ശരിക്കും കീഴാളന്റെ കണ്ണുകളായിത്തീർന്നിരുന്നു. നോക്കിനിൽക്കെ കണ്ണുകളിലെ അഗ്നിനാമ്പുകളിൽനിന്ന് കൂർത്ത നഖങ്ങൾ പുറത്തേക്കു നീണ്ടു... കുതിച്ചുപായുന്ന ഒരൊറ്റയാൻ കടുവ. മുറിവേറ്റ രോഷവുമായി അതു പാഞ്ഞടുക്കുകയാണ്.

മാസ്റ്റർ മുഖം തിരിച്ചു. പിന്നെ അയാളൊന്നും പറഞ്ഞില്ല. യോഹന്നാൻ ഒരു വിജയിയെപ്പോലെ തന്റെ ഇരിപ്പിടത്തിലേക്കു നടന്നു. മാസ്റ്റർ കസേരയിൽ തല കുനിച്ചിരുന്നു.

ഒരു മഹാപിറന്നാൾദിനത്തിൽ കൈത്തണ്ടയിൽ പൊടിഞ്ഞ ചോര രോഷമായി അയാൾക്കുള്ളിൽ കത്തിക്കാളുകയായിരുന്നു.

പക്ഷേ, കുട്ടികൾ അതറിഞ്ഞില്ല.

ശരീരത്തിന്റെ നേർത്ത ചൂടേറ്റ് അവരുടെ നനഞ്ഞ വസ്ത്രങ്ങൾ ഉണങ്ങിത്തുടങ്ങി. അപ്പോഴവർ പരസ്പരം അടുത്തിരുന്നു. എങ്കിലും അവർ മൗനം പൂണ്ടു.

പുറത്തു മഴയ്ക്കു ശക്തി കൂടി. കിളിവാതിലിലൂടെ കാണുന്ന മഴനാരുകളിലേക്കു കുട്ടികൾ നോക്കിയിരുന്നു. അപ്പോൾ അവരുടെ മനസ്സ് കരിങ്കൽച്ചുവരിനകത്തുനിന്ന് മഴയിലേക്കു പറന്നുപോയി.

മഴ പെയ്യാൻ തുടങ്ങിയിട്ട് ഒരുപാടു ദിനങ്ങളായതുപോലെ. വരമ്പും പാടവും തിരിച്ചറിയാനാവാത്ത ജലപ്രളയം കാറ്റിലുലഞ്ഞു. ആ ജലത്തിന്റെ മൗനത്തിലൂടെ കാണാത്ത വരമ്പുകളിൽ നിലയുറപ്പിച്ച് കുട്ടികൾ നടന്നുനീങ്ങുകയാണ്.

കുളങ്ങളിൽനിന്ന് പുറത്തേക്കൊഴുകുന്ന വെള്ളത്തിലൂടെ ഏറ്റുമീനിറങ്ങുന്നുണ്ട്. ഇഴച്ചിഴച്ചുപോകുന്ന മൊയ്ക്കൂട്ടങ്ങളുടെ കറുത്ത വഴുവഴുപ്പ്. വായുവിലൂടെ കുതിച്ചുചാടുന്ന പരൽമീനുകളുടെ വെള്ളത്തിളക്കം.

മത്സ്യങ്ങളുടെ ആഹ്ലാദഗതികളിലൂടെ, ഓരുവെള്ളത്തിന്റെ തണുപ്പിലൂടെ കുട്ടികൾ നടന്നുനീങ്ങി. മഴ അപ്പോഴും പെയ്തുകൊണ്ടേയിരുന്നു.

ഏഴ്

കുറച്ചുദിവസം കഴിഞ്ഞ് കണ്ണൻകുട്ടി തിരിച്ചുവന്നു. ഏറെ സങ്കോചത്തോടെയാണ് അവൻ സ്കൂളിലേക്ക് കടന്നുചെന്നത്. കൂറ്റൻവാതിലിനു മുമ്പിലെത്തിയപ്പോൾ അവൻ നിന്നു. സങ്കോചം ഭീതിയായി അവന്റെ മുഖത്ത് നീലപ്പാടുകൾ വീഴ്ത്തി. അവൻ രണ്ടടി പുറകോട്ടു മാറി.

കണ്ണൻകുട്ടിയെ കണ്ടതും കുട്ടികളെല്ലാം വാതിൽക്കലേക്ക് ഓടിവന്നു. ചിലർ അവന്റെ കൈപിടിച്ചു. അവൻ കുതറി. അപ്പോൾ നരേന്ദ്രൻ അവനു മുമ്പിൽ സാന്ത്വനവുമായെത്തി. പുതിയ സ്ഥലത്തെക്കുറിച്ച് നരേന്ദ്രൻ സംസാരിച്ചപ്പോൾ കണ്ണൻകുട്ടിയുടെ ഭീതി അല്പം വിട്ടകന്നു. നരേന്ദ്രന്റെ കൈപിടിച്ച് അവൻ കൂറ്റൻവാതിൽ കടന്നു.

ഏറ്റവും പിറകിലെ ബെഞ്ചിലാണ് അവൻ ചെന്നിരുന്നത്. അപ്പോഴും അവന്റെ നോട്ടം ചെന്നുവീണത് കരിങ്കൽച്ചുവരിലാണ്. ജാലകങ്ങൾ വലിയ ഉയരത്തിലാണെന്ന് അവനും അറിഞ്ഞു.

കണ്ണൻകുട്ടി പോയതിനുശേഷം ഉണ്ടായ സംഭവങ്ങളൊക്കെ നരേന്ദ്രനാണ് അവനോട് പറഞ്ഞത്. വർഷങ്ങൾക്കുശേഷം മടങ്ങിവന്ന സുഹൃത്തിനോട് ഗ്രാമവിശേഷങ്ങൾ അറിയിക്കുന്ന ചങ്ങാതിയുടെ വികാരവായ്പായിരുന്നു നരേന്ദ്രന്റേത്. കണ്ണൻകുട്ടി എല്ലാം കേട്ടിരുന്നതേയുള്ളൂ. നരേന്ദ്രന്റെ സംസാരത്തിനിടയ്ക്ക് എന്തിനെക്കുറിച്ചെങ്കിലും സംശയം ഉന്നയിക്കുകയോ മറുചോദ്യം ചോദിക്കുകയോ ഉണ്ടായില്ല.

പഴയ ക്ലാസിൽനിന്ന് ഇറങ്ങിപ്പോന്ന ദിനത്തെക്കുറിച്ചാണ് കണ്ണൻകുട്ടി ഓർത്തത്. ഒന്നും വേണ്ടിയിരുന്നില്ലെന്ന് അവനു തോന്നി. കുഴിയാനക്കുഴികളില്ലാത്ത കോൺക്രീറ്റ് നിലത്ത് കാൽവെക്കുമ്പോൾ അവന് എന്തോ അസ്വാസ്ഥ്യം അനുഭവപ്പെട്ടു.

നരേന്ദ്രൻ എല്ലാം പറഞ്ഞുകഴിഞ്ഞപ്പോൾ കണ്ണൻകുട്ടി മൗനമുടച്ചു. ഏറെ ദൈന്യത്തോടെ അവൻ ചോദിച്ചു:

"ഇനി നമ്മളെ അങ്ങോട്ടെന്നെ കൊണ്ടോവ്വോ?"

"ആവോ, ആർക്കറിയാം?"

പിന്നെ സ്വകാര്യമായി നരേന്ദ്രൻ പറഞ്ഞു:

"മൂത്രമൊഴിക്കാൻ വിടുമ്പോ ആരും കാണാതെ നമുക്കങ്ങോട്ട് പോവാ. ഞങ്ങള് പോയിരുന്നു. കളഞ്ഞുപോയ കുറേ സാധനങ്ങള് കിട്ടി."

ആ തെരച്ചിലിനെപ്പറ്റി നരേന്ദ്രൻ പറയുമ്പോഴും കണ്ണൻകുട്ടി കുഴിയാനകളെക്കുറിച്ചു മാത്രം ഓർത്തു. അവന്റെ ദൈന്യം കണ്ടപ്പോൾ നരേന്ദ്രന്റെ വാക്കുകളും മങ്ങിപ്പോയി.

അപ്പോൾ നരേന്ദ്രൻ ചോദിച്ചു.

"നിന്റെ എന്താ അവിടെ വീണുപോയത്?"

"കുഴിയാന."

മറ്റെന്താ ഓർത്ത് കണ്ണൻകുട്ടി പറഞ്ഞു. കരയുന്ന സ്വരമായിരുന്നു അപ്പോഴവന്റേത്.

കുറ്റിപ്പെൻസിലും വളപ്പൊട്ടും മഞ്ചാടിക്കുരുവും നൽകാമെന്ന് നരേന്ദ്രൻ പറഞ്ഞു. എന്നിട്ടും കണ്ണൻകുട്ടിയുടെ മുഖം തെളിഞ്ഞില്ല.

പെട്ടെന്ന് മാസ്റ്റർ അവരുടെ മുമ്പിൽ പ്രത്യക്ഷപ്പെട്ടു. പിന്നെ ആരും ഒന്നും പറഞ്ഞില്ല. വാക്കുകൾ മൗനത്തിന്റെ തോടിലേക്കു വലിഞ്ഞു. മുമ്പിലത്തെ ഇരിപ്പിടങ്ങളിലുള്ളവർ ഇടയ്ക്കിടെ കണ്ണൻകുട്ടിയെ നോക്കുന്നുണ്ടായിരുന്നു.

"എന്താണ് എല്ലാവരും പുറകിലേക്ക് നോക്കുന്നത്?"

ചൂരൽ മേശപ്പുറത്തടിച്ച് മാസ്റ്റർ ചോദിച്ചു.

അപ്പോൾ ആരോ വിളിച്ചു പറഞ്ഞു.

"കണ്ണൻകുട്ടി വന്നിട്ടുണ്ട് സാർ."

മാസ്റ്റർ അപ്പോഴാണ് അവനെ ശ്രദ്ധിച്ചത്. അയാൾ കണ്ണൻകുട്ടിയുടെ അരികിലെത്തി. ഭീതിയോടെ അവർ മാസ്റ്ററെ നോക്കി. ശിക്ഷാവിധിയുടെ നിമിഷങ്ങൾ എണ്ണുകയായിരുന്നു കണ്ണൻകുട്ടി. അറിയാതെ അവൻ ഇരിപ്പിടത്തിൽനിന്ന് എഴുന്നേറ്റുപോയി.

മാസ്റ്റർക്ക് കണ്ണൻകുട്ടിയോട് തീരാത്ത പകയുണ്ടായിരുന്നു. പാഠശാലയുടെ ഒരു ഭാഗം അനാഥമായിപ്പോയത് അവൻ നിമിത്തമാണെന്ന് മാസ്റ്റർ എപ്പോഴും ചിന്തിച്ചിരുന്നതാണ്. ഇനിയും അവൻ തന്റെ തീട്ടം കൊണ്ട് പ്രതിഷേധിക്കുകയില്ലെന്ന് ഉറപ്പില്ല. കാരണം, ഈ കറുത്ത കുട്ടികൾ സാമൂഹ്യപാഠം പഠിക്കാത്തവരാണ്.

കീഴാളരെ ഒരിക്കലും വിശ്വസിക്കരുതെന്ന് അയാളുടെ മതം പഠി

പ്പിച്ചിട്ടുണ്ട്. എപ്പോഴും അനുസരണക്കേട് കാണിക്കാൻ ശീലിച്ചവരാണവർ. കീഴാളരെ നേരിടാൻവേണ്ടിമാത്രം എത്ര ആയുധധാരികളെയാണ് നേതാജി തീറ്റിപ്പോറ്റുന്നത്! എത്ര തോക്കുകളാണ് ഇറക്കുമതി ചെയ്യുന്നത്! എന്നിട്ടും കീഴാളർ അനുസരണ ശീലിക്കുന്നില്ല.

ഒരു ചൂരൽ എപ്പോഴും ഈ കീഴാളരുടെ തലയ്ക്കു മുകളിൽ പിടിക്കണം. ചെറുപ്പത്തിലേ ഇവരെ അനുസരണയുടെ പാഠങ്ങൾ പഠിപ്പിച്ചു കഴിഞ്ഞാൽ ഭാവിയിൽ നേതാജിക്ക് ശാന്തനായി രാജ്യം ഭരിക്കാം. അതുകൊണ്ടാണ് നാടൊട്ടുക്ക് സ്കൂളുകൾ സ്ഥാപിക്കാൻ നേതാജി തീരുമാനിച്ചത്.

ക്ലാസിൽ തൂറിയപ്പോൾ അത് അവനെക്കൊണ്ടുതന്നെ തീറ്റിക്കേണ്ടതായിരുന്നുവെന്ന് മാസ്റ്റർക്കു തോന്നി. എങ്കിലേ കീഴാളർ പഠിക്കൂ. പിന്നീടൊരിക്കലും മറ്റാരും അതാവർത്തിക്കില്ല.

കീഴാളർക്കു നൽകേണ്ട ശിക്ഷകളിലൊന്ന് മലം തീറ്റിക്കലാണെന്ന് നേതാജിയുടെ വിളംബരത്തിൽ പറയുന്നുണ്ട്. കഴിഞ്ഞ കുറേ ദിവസങ്ങളായി പഴയ വിളംബരങ്ങൾ തേടിപ്പിടിച്ച് വായിക്കുകയായിരുന്നു മാസ്റ്റർ. അതിനുശേഷം മതി കീഴാളക്കുട്ടികളെ സാമൂഹ്യപാഠം പഠിപ്പിക്കുകയെന്ന് സ്വയം തീരുമാനിക്കുകയും ചെയ്തിരുന്നു.

ഉത്തരദിക്കിലെ ഗ്രാമങ്ങളിൽ നേതാജിയുടെ വിശ്വസ്തരായ അനുയായികളായ ജമീന്ദാർമാർ കീഴാളരെ മലം തീറ്റിക്കുകയെന്ന രാജനീതിയെ അനുസരിക്കുന്നതായും നേതാജിയുടെ പരസ്യലേഖകളിലൊന്നിൽ മാസ്റ്റർ കണ്ടെത്തിയിരുന്നു.

ഇനി പരാജയപ്പെട്ടാൽ ഞാൻ അതുതന്നെ ചെയ്യും. അരോടെന്നില്ലാതെ പറഞ്ഞ് മാസ്റ്റർ തന്റെ മേശയ്ക്കരികിലെത്തി. പിന്നെ ഏറെ ശാന്തത കൈവരിച്ച് അനുസരണയുടെ ആവശ്യകതയെക്കുറിച്ച് കുട്ടികളോടു പ്രസംഗിച്ചു.

ആ പ്രഭാഷണം അവസാനിച്ചപ്പോൾ പെരുമഴ പെയ്തു തോർന്നതുപോലെ കുട്ടികൾക്കു തോന്നി. അവരുടെ ശരീരത്തിനകത്ത് ഒരു പക്ഷി നനഞ്ഞു വിറയ്ക്കുകയായിരുന്നു. അതിന് ഒന്നു കുറുകാൻപോലുമാവില്ലായിരുന്നു.

കുട്ടികളുടെ കണ്ണിലെ വെളിച്ചം മങ്ങിയിരിക്കുന്നുവെന്ന് അപ്പോൾ മാസ്റ്റർക്ക് തോന്നി. കണ്ണൻകുട്ടിയെ ശിക്ഷിക്കേണ്ടതില്ലെന്ന് പൊടുന്നനെ അയാൾ തീരുമാനിക്കുകയും ചെയ്തു. പകരം അയാൾ യോഹന്നാനോട് എഴുന്നേൽക്കാനാണ് പറഞ്ഞത്.

"ഞാൻ പറഞ്ഞ കാര്യങ്ങൾ നിനക്കു മനസ്സിലായോ കൂനാ?"

യോഹന്നാൻ ഉത്തരം പറഞ്ഞില്ല. അവൻ ഇമവെട്ടാതെ മാസ്റ്ററെ നോക്കി. ആ കണ്ണുകൾ മാസ്റ്ററെ അസ്വസ്ഥനാക്കി. പല്ലുകൾ കൈത്തണ്ടയിലമരുന്ന വേദന അപ്പോൾ അയാൾ അനുഭവിച്ചു.

മാസ്റ്റർ യോഹന്നാനോട് ഇരിക്കാൻ പറഞ്ഞു.

"ഇനി സാമൂഹ്യപാഠമെടുക്കുമ്പോൾ ആർക്കും മറയ്ക്കിരിക്കാൻ തോന്നരുത്. അച്ചടക്കത്തോടെ ഞാൻ പറയുന്നതു കേട്ടിരിക്കണം. ഇത്രയം നേരം ഞാൻ പറഞ്ഞ കാര്യങ്ങളിൽ ആർക്കെങ്കിലും സംശയമുണ്ടോ? സംശയമുള്ളവർക്ക് എഴുന്നേറ്റു നിൽക്കാം."

അപ്പോൾ കുട്ടികൾ കൂട്ടത്തോടെ എഴുന്നേറ്റുനിന്നു.

'ചൊവര്ല്യാത്ത സ്ഥലത്തേക്ക് എപ്പഴാ പോവ്വാ?"

എട്ട്

ഒരുദിവസം കാവിവസ്ത്രമണിഞ്ഞ ഒരു സ്വാമി സ്കൂളിലെത്തി.

രാജ്യത്തിന്റെ ചാതുർവർണ്യത്തിലധിഷ്ഠിതമായ രാഷ്ട്രമീമാംസയുടെയും ഭരണഘടനയുടേയും സ്രഷ്ടാക്കൾ വടക്കൻ അതിർത്തിയിലെ വനാന്തരങ്ങളിൽനിന്ന് സമതലങ്ങളിലേക്കിറങ്ങിവന്ന കാവിവസ്ത്രധാരികളായിരുന്നു.

മരണാനന്തരജീവിതത്തിൽ അടിയുറച്ചു വിശ്വസിക്കുന്നവനാണ് നേതാജി. കാവിവസ്ത്രധാരികളായ സ്വാമിമാരുടെ കാൽ കഴുകി വന്ദിക്കുകയും അവരുടെ മെതിയടി തുടച്ചു വൃത്തിയാക്കുകയും ചെയ്യാതെ സ്വർഗ്ഗവാതിൽ തുറക്കപ്പെടുകയില്ലെന്ന് പാരമ്പര്യം നേതാജിയെ പഠിപ്പിച്ചിരുന്നു. ഇക്കാര്യത്തിൽ രാജ്യത്തെ ജനങ്ങൾ ഒന്നാകെ തന്റെ സൽപ്രവൃത്തി അനുകരിക്കണമെന്നും നേതാജി വിളംബരം ചെയ്തിരുന്നു.

പക്ഷേ, കീഴാളർ ഇതൊന്നും അനുസരിച്ചില്ല. അവർ സ്വാമിമാരെ ഭയക്കുകയും വെറുക്കുകയും ചെയ്തു. അതുകൊണ്ടാണ് സ്കൂളുകളിലൂടെ ഇത്തരം സൽപ്രവൃത്തികളുടെ മഹത്വം പ്രചരിപ്പിക്കാൻ നേതാജി തീരുമാനിച്ചത്. ചെറിയ കുട്ടികളെ പഠിപ്പിക്കാൻ പ്രയാസമില്ലെന്ന് നേതാജിക്കറിയാമായിരുന്നു. അങ്ങനെയാണ് കീഴാളക്കുട്ടികളെ തേടി സ്വാമി രാജ്യമൊട്ടുക്കും അലഞ്ഞുനടക്കാൻ തുടങ്ങിയത്.

നേതാജി സ്വാമിമാരെ അനുസരിക്കുന്നതുപോലെ അവർ നേതാജിയെയും അനുസരിച്ചിരുന്നു. പങ്കുകച്ചവടത്തിലെ പരസ്പരവിശ്വാസം പോലെയായിരുന്നു ഈ ബന്ധം.

വനാന്തരങ്ങളിലെ ഗുഹകളിൽ കഴിഞ്ഞുകൂടിയവരായിരുന്നു സ്വാമിമാർ. ചരിത്രത്തിൽ യാതൊരു സ്ഥാനവുമില്ലാതെ ജീവിച്ചുപോന്നവർ. നേതാജി അധികാരത്തിൽ വന്നതും ആദ്യം ചെന്നതു വനാന്തരങ്ങളിലെ ഗുഹകൾക്കു മുമ്പിലാണ്. അവരുടെ കാൽതൊട്ടു വന്ദിച്ച് അനുഗ്രഹം തേടി. ഇനി വനവാസം നിർത്തണമെന്നും സമതലങ്ങളിലേക്ക്

ഇറങ്ങിവന്ന് തന്നെ ഭരണകാര്യങ്ങളിൽ സഹായിക്കണമെന്നും വിനയപൂർവം അപേക്ഷിച്ചു.

സ്വാമിമാർ വേണ്ടത്ര കരുണചൊരിഞ്ഞു. പ്രലോഭനം അവർക്ക് അടക്കാൻ കഴിഞ്ഞില്ല. അങ്ങനെയാണ് മഹാഗുരുവിന്റെ നേതൃത്വത്തിൽ അവർ മലയിറങ്ങി വന്നതും പുതിയ ഭരണഘടനയുടെ നിർമ്മാണത്തിൽ പങ്കുചേർന്നതും. പിന്നെ രാജ്യമൊട്ടുക്കും നേതാജിയുടെ മഹത്വങ്ങൾ വാഴ്ത്തിപ്പാടി അവർ നടന്നു. നേതാജിയുടെ സൂക്തങ്ങൾ ഫലകങ്ങളിൽ കൊത്തിവെച്ച് തെരുവുകളിൽ സ്ഥാപിച്ചു. നേതാജിയുടെ ദീർഘായുസ്സിനുവേണ്ടി സമൂഹപ്രാർത്ഥനയും ഹോമങ്ങളും നടത്തി.

സ്കൂളിൽ വന്ന സ്വാമി അവരിലൊരാളായിരുന്നു. കവാടത്തിനു പുറത്തേക്ക് ഓടിച്ചെന്ന് മാസ്റ്റർ സ്വാമിയെ ആനയിച്ചുകൊണ്ടുവന്നു.

സ്കൂളിന്റെ മുറ്റത്ത് വലിയൊരു പീഠം വെച്ച് അതിനുമേലിരുത്തി. പിന്നെ, സ്വാമിയുടെ കാൽ കഴുകി തുടച്ചു. അതൊക്കെ കാണാനായി കുട്ടികളെ മുറ്റത്തുനിർത്തിയിരുന്നു.

അതിഥിപൂജ കഴിഞ്ഞപ്പോൾ മാസ്റ്റർ കുട്ടികളെയെല്ലാവരെയും അടുത്തു വിളിച്ചു. ഓരോരുത്തരോടും സ്വാമിയുടെ കാൽതൊട്ടു വന്ദിക്കാൻ ആജ്ഞാപിച്ചു. ചൂരലിനെ ഭയന്ന് കുട്ടികൾ അനുസരിച്ചു. സ്വാമി ഓരോരുത്തരെയും അനുഗ്രഹിച്ചു.

അവസാനത്തെ ചടങ്ങായി മെതിയടി ശിരസ്സിലേറ്റി സ്വാമിയുടെ പീഠത്തിനുചുറ്റും മൂന്നുപ്രാവശ്യം വലംവെക്കണമായിരുന്നു. മെതിയടി വഹിക്കാൻ യോഹന്നാനെയാണ് തെരഞ്ഞെടുത്തത്.

യോഹന്നാന്റെ ശിരസ്സിൽ മെതിയടി വച്ച് ഓരോരുത്തരെയും അവനു പിറകിൽ വരിയായി നിർത്തി. പിന്നെ അവരോടു പീഠത്തിനു ചുറ്റും വലംവെക്കാൻ പറഞ്ഞു. അപ്പോൾ ചൊല്ലേണ്ട കീർത്തനം മാസ്റ്റർ ഉറക്കെ ചൊല്ലി.

മൂന്നാംവട്ടം വലംവെക്കൽ പൂർത്തിയാവുന്നതിനുമുമ്പ് യോഹന്നാന്റെ ശിരസ്സിൽനിന്ന് മെതിയടി താഴെവീണു. അങ്ങനെ സംഭവിക്കാൻ പാടില്ലാത്തതാണ്.

കൂനനെ മാസ്റ്റർക്ക് വിശ്വാസമില്ല. ഒരുപക്ഷേ, അവൻ മെതിയടി താഴെയിട്ട് തന്റെ പ്രതിഷേധം പ്രകടിപ്പിച്ചതാവാമെന്ന് മാസ്റ്റർക്ക് തോന്നി. ഇത്രയും വലിയ തെറ്റ് തന്റെ കഴിവുകേടായാണ് സ്വാമി വലിയ അധികാരിയെ ബോധിപ്പിക്കുക. അതിന്റെ പ്രത്യാഘാതമെന്തായിരിക്കും?

മാസ്റ്റർ കോപംകൊണ്ടു വിറച്ചു.

യോഹന്നാനെ അരികെ വിളിച്ച് ചൂരൽ കൈയിലെടുത്തതും സ്വാമി മാസ്റ്ററെ തടഞ്ഞു.

“ശിക്ഷിക്കണ്ട. ക്ഷമിക്കുക. കീഴാളർ ബുദ്ധിഹീനരല്ലേ?”

സ്വാമി സ്കൂളിൽനിന്ന് പോകുമ്പോൾ കാവിയിൽ പൊതിഞ്ഞൊരു ഗ്രന്ഥം മാസ്റ്ററെ ഏൽപ്പിച്ചു.

അഭയമുദ്രയുടെ മുമ്പിൽ ചെന്നുനിന്ന് നിറഞ്ഞ ഭക്തിയോടെയാണ് മാസ്റ്റർ ഗ്രന്ഥം പുറത്തെടുത്തത്. അത് നേതാജി സ്ഥാപിക്കാൻപോകുന്ന രാഷ്ട്രത്തിന്റെ മുഴുവൻ തത്വസംഹിതയും അടങ്ങിയ പുസ്തകമായിരുന്നു. വിശുദ്ധഗ്രന്ഥത്തെ മുത്തി ഇരുകൈകൊണ്ടും തൊട്ട് നെറുകയിൽവച്ച് ഗ്രന്ഥത്തിന്റെ പേജുകൾ ഓരോന്നായി മറിക്കാൻ തുടങ്ങി. അതിൽ അയാൾക്കു വേണ്ടതെല്ലാം അടങ്ങിയിട്ടുണ്ടായിരുന്നു.

നേതാജിയുടെയും പിതാമഹന്മാരുടെയും വീരകഥകൾ... രാഷ്ട്രത്തിന്റെ സമ്പത്തു മുഴുവൻ സൂക്ഷിച്ചുവെക്കുന്ന കോടീശ്വരന്മാരുടെ അപദാനങ്ങൾ... മതനേതാക്കന്മാരുടെ സൂക്തങ്ങൾ. എന്തു വിലകൊടുത്തും രക്ഷിക്കേണ്ട ആരാധനാലയങ്ങളുടെ അത്ഭുതകഥകൾ... പലിശപ്പണവും കീഴാളരെ നേരിടാനുള്ള ആയുധങ്ങളും അവരുടെ കുട്ടികളെ പതുക്കെപ്പതുക്കെ ബുദ്ധിഹീനന്മാരാക്കാൻ സഹായിക്കുന്ന പ്രത്യേകതരം ഗോതമ്പും പാൽക്കട്ടിയും നൽകുന്ന ഏഴാംകടലിനക്കരെയുള്ള ചക്രവർത്തിയെ വാഴ്ത്തുന്ന ഗീതങ്ങൾ...

എല്ലാം മനോഹരമായ ചിത്രങ്ങളോടെ സ്വർണലിപികളിൽ മുദ്രണം ചെയ്തിരുന്നു.

നേതാജിയുടെ അധികാരത്തെ ചോദ്യം ചെയ്യുന്ന കീഴാളരുടെ കലാപങ്ങളെ എങ്ങനെയാണ് അടിച്ചമർത്തേണ്ടതെന്നും വ്യക്തമായി പ്രതിപാദിച്ചിരുന്നു. എല്ലാം ദിവസങ്ങളെടുത്ത് മനഃപാഠമാക്കേണ്ട കാര്യങ്ങൾ!

തന്റെ പ്രവർത്തനങ്ങൾക്ക് പൂർണമാർഗരേഖ കിട്ടിയ ആഹ്ലാദത്തോടെയാണ് മാസ്റ്റർ ആ വിശുദ്ധഗ്രന്ഥം അടച്ചുവെച്ചത്. പിന്നെ ആ ഗ്രന്ഥവുമായി അയാൾ കുട്ടികൾക്കരികിലെത്തി.

ഇത് ദൈവത്തിന്റെ പുസ്തകമാണ്. നമ്മുടെ നേതാജിക്ക് സ്വപ്നത്തിൽ ദൈവം ഇറക്കിക്കൊടുത്തതാണിത്. ഇനി ഈ പുസ്തകത്തെ അനുസരിച്ചാണ് നമ്മളൊക്കെ ജീവിക്കേണ്ടത്. അതിനുള്ള പരിശീലനം ഞാൻ നിങ്ങൾക്ക് നൽകും. ഈ പുസ്തകത്തിൽ പറയുന്ന കാര്യ

ങ്ങളൊക്കെ അംഗീകരിച്ച് ജീവിക്കാൻ കഴിഞ്ഞാൽ നിങ്ങൾ ശരിക്കും ദൈവത്തിന്റെ മക്കളാവും.

ചിത്രവും സ്വർണലിപികളുമുള്ള ഒരു പേജ് കുട്ടികൾക്കുനേരെ ഉയർത്തിക്കാണിച്ച് മാസ്റ്റർ ചോദിച്ചു:

“ഇതാരാണെന്ന് നിങ്ങൾക്കറിയാമോ?”

കുട്ടികളുടെ കാഴ്ചയിൽ പതിഞ്ഞത് ഒഴിഞ്ഞ പേജാണ്.

“എന്താണ് കാണുന്നത്? എല്ലാവരും എഴുന്നേറ്റുനിന്ന് പറയൂ?”

അപ്പോൾ കുട്ടികൾ കൂട്ടത്തോടെ പറഞ്ഞു:

“ഒന്നും കാണുന്നില്ല സാർ.”

മാസ്റ്റർക്ക് അതു സഹിച്ചില്ല. കുട്ടികൾ തന്നെ കളിയാക്കുകയാണെന്ന് അയാൾക്കു തോന്നി. പിന്നെ കുട്ടികൾക്കുനേരെ അസഭ്യവാക്കുകളുടെ ശരവർഷമായിരുന്നു. ഓരോ അസ്ത്രവും കുട്ടികളിൽനിന്ന് അവരുടെ പിതാമഹന്മാരിലേക്കു ചെന്നു തറച്ചു. അവർക്കൊന്നും മനസ്സിലായില്ല.

കുട്ടികൾ സത്യമാണ് പറഞ്ഞത്. കാഴ്ചയിൽ ഒന്നും തെളിയാത്ത താളുകളിൽ എന്തു കണ്ടുവെന്നാണ് അവർ പറയുക?

അവർ വീണ്ടും പറഞ്ഞു:

“ഞങ്ങൾക്കൊന്നും കാണാനില്ല സാർ.”

കുട്ടികളുടെ നേരിൽ മാസ്റ്റർക്കു വിശ്വാസമില്ല.

കീഴാളർ നുണപറയുന്നവരാണെന്നു വിശ്വസിക്കുന്നവനാണയാൾ.

“നിങ്ങൾ എന്തെങ്കിലും കാണുമോയെന്ന് ഞാനൊന്നു നോക്കട്ടെ.”

തനിക്കുനേരെ പുറംതിരിഞ്ഞു കുമ്പിട്ടുനിൽക്കാൻ അയാൾ കുട്ടികളോട് ആജ്ഞാപിച്ചു.

അങ്ങനെ കുനിഞ്ഞുനിന്ന് നട്ടെല്ലു കടഞ്ഞപ്പോൾ കുട്ടികൾ തേങ്ങിക്കരയാൻ തുടങ്ങി. അപ്പോൾ മാസ്റ്റർ വീണ്ടും പുസ്തകം മലർക്കെ തുറന്നു. മുട്ടുകൾക്കിടയിലൂടെ പുസ്തകത്തിലേക്കു നോക്കി എന്തു കണ്ടുവെന്നു പറയാൻ ആവശ്യപ്പെട്ടു.

കണ്ണുനീർപ്പാളികളിലൂടെ അവരപ്പോഴും കണ്ടത് ഒഴിഞ്ഞ താളുമാത്രം. പെട്ടെന്ന് യോഹന്നാൻ നിവർന്നുനിന്നു ചോദിച്ചു:

“ദൈവത്തിന്റെ പുസ്തകത്തില് നോക്ക്യാല് മനുഷ്യന്മാർക്ക് എന്താ കാണാൻ പറ്റ്വാ സാർ?”

അതുകേട്ടതും മറ്റുകുട്ടികളും നിവർന്നുനിന്നു. പെട്ടെന്ന് മാസ്റ്ററുടെ മുഖത്തേക്കു ചേര ഇരച്ചുകയറി. പുസ്തകം താഴെവച്ച് അയാൾ ചൂരൽ കൈയിലെടുത്തു.

"ഇനിയും ഈ കൂനനെ സഹിക്കാൻ പറ്റില്ല. ഇന്നിവന്റെ കൂന് അടിച്ചുപൊളിക്കണം."

പിന്നെ യോഹന്നാന്റെ കൂനിൽ ചൂരൽ ആഞ്ഞാഞ്ഞുപതിച്ചു. മാസ്റ്ററുടെ കൈ തളർന്നപ്പോൾ ചൂരൽ നിലത്തുവീണു. യോഹന്നാന്റെ മുതുകിലെവിടെയോ ഒരു മുറിവുണ്ടായി. ചോരയൊഴുകി അവന്റെ ഉടുപ്പിൽ പടർന്നു. എന്നിട്ടും അവൻ കരഞ്ഞില്ല.

അന്നുരാത്രി യോഹന്നാന് പനിച്ചു. ആ പനിക്കോളിൽ അവനൊരു സ്വപ്നം കണ്ടു.

ശാന്തമായ കടൽ. കൊച്ചുതിരകൾ പാദങ്ങളെ ഉഴിയുന്ന സുഖത്തിൽ മാസ്റ്റർ കടൽത്തീരത്തു നിൽക്കുന്നു. പെട്ടെന്ന് യോഹന്നാൻ അയാളുടെ മുമ്പിൽ പ്രത്യക്ഷപ്പെട്ടു. ഒരു ചുവന്ന പുസ്തകം അവൻ മാസ്റ്റർക്കു നൽകി. അതിന്റെ പേജുകൾ മറിച്ചതും എന്തോ ദംശനമേറ്റതുപോലെ മാസ്റ്റർ ആ പുസ്തകം തിരകളിലേക്കെറിഞ്ഞു. പെട്ടെന്നു കടൽ രൗദ്രമായി. വലിച്ചെറിഞ്ഞ പുസ്തകത്തിൽനിന്ന് ഓരോ അക്ഷരവും വ്യാളികളായി ആർത്തിരമ്പുന്ന തിരകളിലൂടെ കരയ്ക്കണഞ്ഞ് മാസ്റ്ററുടെ നേർക്കിഴഞ്ഞു. അയാൾ നിലവിളിച്ചുകൊണ്ട് മണൽപ്പരപ്പിലൂടെ ഓടാൻ തുടങ്ങി.

പിറ്റേന്ന് എഴുന്നേൽക്കുമ്പോൾ യോഹന്നാന്റെ കൂനിലെ മുറിവ് പഴുത്തുപൊട്ടിയിരുന്നു. ഒരാഴ്ച കഴിഞ്ഞ് മുറിവു കരിഞ്ഞുതുടങ്ങിയതിനുശേഷമാണ് അവൻ വീണ്ടും സ്കൂളിൽ വന്നത്.

അവന്റെ വരവ് പുതിയ പ്രതിരോധത്തിന്റെ തുടക്കമായി.

Gopi

ഒൻപത്

യോഹന്നാൻ തിരിച്ചുവന്ന ദിവസം വീണ്ടും സാമൂഹ്യപാഠം ആരംഭിച്ചപ്പോൾ അന്നേവരെ ഇല്ലാത്ത ഉണർവോടെ കുട്ടികൾ ബഹളംവെക്കാൻ തുടങ്ങി. അവരുടെ പ്രതിഷേധത്താൽ മാസ്റ്റർക്ക് ഒരു വാക്കുപോലും ഉച്ചരിക്കാൻ കഴിയാതായി.

മുറിവേറ്റതോടെ കൂനൻ ഒടുങ്ങാത്ത കരുത്തായി കുട്ടികളുടെ ഞരമ്പിലൂടെ പടരുകയാണെന്ന് മാസ്റ്റർ അറിഞ്ഞു. ക്ലാസ്സിലേക്ക് കയറിവന്ന ഉടൻ ആവേശത്തോടെയാണ് കുട്ടികൾ യോഹന്നാനെ എതിരേറ്റത്. ഏറ്റവും പുറകിലുള്ള ഇരിപ്പിടത്തിലേക്ക് അവൻ നടക്കുമ്പോൾ കുട്ടികൾ തടഞ്ഞു. ഇനിമുതൽ യോഹന്നാൻ അവിടെ ഇരിക്കേണ്ടതില്ലെന്ന് അവർ തീരുമാനിച്ചുകഴിഞ്ഞിരുന്നു. മുമ്പിലെ ബെഞ്ചിലെ ഇരിപ്പിടത്തിലേക്ക് അവർ യോഹന്നാനെ ആനയിച്ചുകൊണ്ടുവരികയായിരുന്നു. അപ്പോൾ കുട്ടികൾ കുരവയിട്ടു. അവരുടെ കൈകളിൽ യോഹന്നാൻ ഉയർന്നുപൊങ്ങി.

കുട്ടികൾ യോഹന്നാന് കാരപ്പഴവും പേരയ്ക്കയും നൽകി. യോഹന്നാൻ കുട്ടികളുടെ രാജാവായി വാഴ്ത്തപ്പെടുകയായിരുന്നു. ഇനി സാമൂഹ്യപാഠമെടുക്കുമ്പോൾ കൂട്ടത്തോടെ പ്രതിഷേധിക്കണമെന്ന് യോഹന്നാൻ പറഞ്ഞപ്പോൾ അവർ പുതിയകരുത്തോടെ ഉയിർത്തെഴുന്നേൽക്കുകയായിരുന്നു.

ഇനി കൂനനെമാത്രം നേരിട്ടതുകൊണ്ട് പ്രയോജനമില്ലെന്ന് മാസ്റ്റർക്കു മനസ്സിലായി. കൂനന്മാരുടെ പിറകിൽനിന്ന് അധികാരത്തെ ചോദ്യം ചെയ്യുമ്പോൾ എന്തു സംഭവിക്കുമെന്ന് ഈ കീഴാളർ അറിയണം. ആ ശിക്ഷ എന്തായിരിക്കുമെന്ന് അറിയാതെ മാസ്റ്റർ നിന്നു. വിശുദ്ധ ഗ്രന്ഥത്തിൽ അക്കാര്യം പറഞ്ഞിട്ടുണ്ടാവുമെന്നു തീരുമാനിച്ച് അയാൾ ക്ലാസ്സിൽനിന്ന് ഇറങ്ങിപ്പോയി.

അന്ന് വളരെ നേരത്തെ കൂട്ടമണിയടിച്ചു കുട്ടികളെ പുറത്തുവിട്ടു. അവർ തങ്ങളുടെ കൂനനായ രാജാവിനെ ആർപ്പുവിളിയോടെ എഴുന്ന

ള്ളിച്ചുകൊണ്ടാണ് വയൽവരമ്പിലൂടെ നടന്നുനീങ്ങിയത്. ഒരു വിജയത്തിന്റെ ലഹരിയിലായിരുന്നു കുട്ടികൾ.

ആ ദിവസം മുഴുവൻ അഭയമുദ്രയെ മനസ്സിൽ നിനച്ച് മാസ്റ്റർ ഉള്ളുരുകി പ്രാർത്ഥിച്ചു. അപ്പോൾ അഭയമുദ്രയിലെ സ്വസ്തികചിഹ്നം ഭ്രമണം ചെയ്യാൻ തുടങ്ങുന്നത് മാസ്റ്റർ അറിഞ്ഞു. സ്വപ്നത്തിന്റെ ലോകത്തുനിന്ന് അത് ജീവസ്സുറ്റ സാന്നിദ്ധ്യമായി മുമ്പിൽ നിറഞ്ഞു. ആഹ്ലാദകണങ്ങൾ മാസ്റ്ററുടെ കണ്ണിൽനിന്ന് ഒഴുകി. സ്വസ്തികയുടെ പ്രകാശരശ്മികളേറ്റ് വിശുദ്ധഗ്രന്ഥം താനേ മറിഞ്ഞു.

തനിക്ക് ആവശ്യമുള്ളത് മാസ്റ്റർ കണ്ടെത്തി. പ്രധിഷേധിക്കുന്ന കുട്ടികൾക്ക് പടിപടിയായി നൽകേണ്ട ശിക്ഷകളായിരുന്നു അത്. തന്റെ അജ്ഞതയെക്കുറിച്ചോർത്ത് അപ്പോൾ മാസ്റ്റർ ലജ്ജിച്ചു. ചൂരലിന്റെ ശക്തിയിൽ അമിതമായി വിശ്വസിച്ചത് തെറ്റായിരുന്നുവെന്നു മനസ്സിലായി. ആ ശിക്ഷാവിധികളിലൊന്നുംതന്നെ ചൂരലിനു വലിയ പ്രസക്തിയില്ലായിരുന്നു. ഓരോ തവണ ചൂരൽ കുട്ടികളുടെ ദേഹത്തു പതിക്കുമ്പോഴും തിണർത്തുപൊന്തുന്നത് പ്രതിഷേധമാവുമെന്നും ആ തിണർപ്പുപൊട്ടി ചോരയൊഴുകിയാൽ അപകടമാണെന്നും ശിക്ഷാവിധിയിൽ പറഞ്ഞിരുന്നു.

യോഹന്നാന്റെ കൂനിന്മേൽനിന്ന് പൊട്ടിയൊഴുകിയ ചോര മാസ്റ്റർക്ക് ഓർമ്മവന്നു. ഏറെ കുറ്റബോധത്തോടെയാണ് അയാൾ വിശുദ്ധഗ്രന്ഥം മടക്കിവെച്ചത്.

പിറ്റേന്ന് ചൂരലില്ലാതെ മാസ്റ്റർ കുട്ടികളുടെ മുമ്പിലെത്തി. പിന്നെ ഓരോരുത്തരെയായി അരികെ വിളിച്ച് അവരുടെ സ്വപ്നങ്ങൾ കണ്ടുകെട്ടാൻ തുടങ്ങി. പൊടുന്നനെ സംഭവിച്ച ആഘാതത്തെ ചെറുക്കാനാവാതെ സ്വപ്നങ്ങൾ സൂക്ഷിച്ച അറകൾ തുറന്നുകൊടുത്ത് അവർക്കു കീഴടങ്ങേണ്ടിവന്നു.

ആദ്യം കീഴടങ്ങിയത് പാർവതിയായിരുന്നു. അവളുടെ മയിൽപ്പീലിയാണ് പിടിച്ചെടുക്കപ്പെട്ടത്. ആ മയിൽപ്പീലികൾ ആകാശം കാണാതെ സൂക്ഷിച്ചുവെച്ചിരിക്കുകയായിരുന്നു അവൾ. ഓരോന്നും പെറ്റുപെരുകി ഓരായിരം മയിൽപ്പീലികളാവുന്ന ദിവസം അവൾ കാത്തിരുന്നു. തനിക്ക് പാവകളെ കിട്ടുന്ന ദിവസം വന്നുചേരുമെന്ന് അവൾക്ക് അറിയാമായിരുന്നു. അന്ന് ഓരോ പാവയുടേയും നെറുകയിൽ മയിൽപ്പീലി ചൂടിക്കുന്നത് അവൾ കിനാവുകണ്ടിരുന്നു.

വലിയൊരു സ്വപ്നം പാർവതിക്കു നഷ്ടമായി.

കണ്ണൻകുട്ടിയിൽനിന്ന് പിടിച്ചെടുക്കപ്പെട്ടത് കുറേ വെള്ളാരങ്കല്ലുകളാണ്. പുഴയുടെ ആഴത്തിൽ മുങ്ങിത്തപ്പിക്കൊണ്ടുവന്നതായിരുന്നു

അവൻ. ഊണിലും ഉറക്കത്തിലും അവൻ അത് താഴെ വെച്ചിരുന്നില്ല. ആരെല്ലാം അതു തട്ടിയെടുക്കാൻ നോക്കി! അത് നഷ്ടപ്പെട്ടുപോവാതിരിക്കാനായി പുഴത്തീരത്തും വയൽവരമ്പിലുംവെച്ച് കണ്ണൻകുട്ടി ആരോടെല്ലാം ഏറ്റുമുട്ടി! തന്റെ മാണിക്യം കൊത്തിയെടുത്തു പറന്നു പോകുന്ന പക്ഷിയെക്കുറിച്ച് അപ്പോഴൊന്നും അവൻ ഓർത്തിരുന്നില്ല. ഒരു മന്ദബുദ്ധിയെപ്പോലെ മാത്രം പെരുമാറിയിരുന്ന കണ്ണൻകുട്ടിയുടെ ബോധത്തിനു പൊടുന്നനെ പ്രായപൂർത്തിവന്നു. ആ വളർച്ചയിലൂടെ വെളിവായ അറിവുകൾ അവനു താങ്ങാനായില്ല. എല്ലാ വിപത്തുകളും തന്നിൽനിന്നാണ് തുടങ്ങിയതെന്ന് കണ്ണൻകുട്ടിക്കു തോന്നി.

നരേന്ദ്രന് നഷ്ടപ്പെട്ടത് പക്ഷിത്തൂവലുകളാണ്. കുന്നുകളിലും താഴ്വരകളിലും അലഞ്ഞുനടന്ന് പക്ഷികൾ ചേക്കേറുന്ന താവളങ്ങൾ കണ്ടെത്തി അവൻ ശേഖരിച്ച തൂവലുകളായിരുന്നു അത്. വർണ്ണരാജികൾ വിടർത്തുന്ന തൂവലുകൾ അവന്റെ ചങ്ങാതിമാരുടെ വിസ്മയമായിരുന്നു. നിറങ്ങളുടെ മനോഹാരിത അവർ അറിഞ്ഞത് ആ പക്ഷിത്തൂവലുകളിൽനിന്നാണ്. അത് പാർവ്വതിയെയും വ്യാമോഹിപ്പിച്ചിരുന്നു. അതിലൊന്ന് തനിക്കുതരുമോ എന്ന് സ്വകാര്യമായി അവൾ ചോദിക്കാറുണ്ട്. അപ്പോഴൊക്കെ നിഗൂഢമായ ആഹ്ലാദം നരേന്ദ്രൻ അനുഭവിച്ചിരുന്നു. എല്ലാ പക്ഷികളുടെയും തൂവലുകൾ ശേഖരിച്ചുകഴിഞ്ഞാൽ അതു മുഴുവൻ പാർവതിക്കു നൽകാമെന്ന് അവൻ വാക്കു കൊടുത്തിരുന്നു. പകരമായി പ്രസവിക്കുന്ന മയിൽപ്പീലി നൽകാമെന്നാണ് അവൾ പറഞ്ഞത്.

പക്ഷേ, എല്ലാം ഒരു നിമിഷംകൊണ്ട് തകർന്നുപോയി. ഓരോരുത്തർക്കും നഷ്ടപ്പെട്ടത് വളരെ വിലപ്പെട്ടതുതന്നെ. പക്ഷേ, യോഹന്നാനു മാത്രം തന്റേതായി ഒന്നും നഷ്ടപ്പെട്ടില്ല. ഒന്നുമില്ലാത്തവനായിരുന്നല്ലോ അവൻ. എന്നിട്ടും തന്റെ ചങ്ങാതിമാരുടെ നഷ്ടങ്ങളോരോന്നും ചമ്മട്ടിയുടെ പ്രഹരമായി ഹൃദയത്തിൽ വീണ് യോഹന്നാൻ തളരുകയായിരുന്നു. എങ്ങനെ പ്രതിരോധിക്കണമെന്നറിയാതെ കൂനിന്റെ ഭാരവും പേറി അവൻ നിന്നു.

എത്ര പെട്ടെന്നാണ് തന്റെ കൂട്ടുകാർ തളർന്നുപോയത്! തന്നെ വയൽവരമ്പിലൂടെ ആരവത്തോടെ ചുമലിലേറ്റിക്കൊണ്ടുപോയവരല്ല ഇപ്പോൾ അവരെന്ന് യോഹന്നാനു തോന്നി. മുഴക്കമുള്ള ഒരു ശബ്ദമുയർത്താൻപോലും ഇനിയവർക്കാവില്ല.

കണ്ടുകെട്ടിയ സ്വപ്നങ്ങളൊക്കെ മേശപ്പുറത്തു കുമിഞ്ഞുകൂടി. അതിലേക്കു നോക്കാൻ യോഹന്നാനു ഭയമായി. വരാൻപോകുന്ന വിപത്തുകളെ എങ്ങനെ നേരിടുമെന്നറിയാതെ അവൻ കുഴങ്ങി.

ആ സ്വപ്നങ്ങളൊക്കെ ചവറ്റുകൊട്ടയിലാക്കി മാസ്റ്റർ പോയപ്പോൾ അതുവരെ അമർത്തിവെച്ച ദുഃഖം കൂട്ടക്കരച്ചിലായി.

കരയുന്ന കുട്ടികൾക്കിടയിൽ കരയാത്തവനായി യോഹന്നാൻ നിന്നു. തന്റെ ചങ്ങാതിമാരെ എങ്ങനെ സാന്ത്വനപ്പെടുത്തണമെന്ന് അവനറിയില്ലായിരുന്നു. അവർക്കു നൽകാൻ ഒന്നുമില്ലാത്ത ഒഴിഞ്ഞ കീശയിൽ അവൻ കൈവെച്ചു.

കണ്ണീരുവറ്റിയ പാർവതിയുടെ കരച്ചിൽ ഒരു വിതുമ്പലായി മാറിക്കഴിഞ്ഞിരുന്നു. നരേന്ദ്രൻ അപ്പോഴും കൈത്തലത്തിൽനിന്നു മുഖമുയർത്തിയിരുന്നില്ല. മതിഭ്രമം വന്നവനെപ്പോലെ ഓരോരുത്തരെയും തുറിച്ചുനോക്കിയിരിക്കുകയായിരുന്നു കണ്ണൻകുട്ടി. ഷാജഹാനും ഔസേപ്പും ലക്ഷ്മണനുമൊക്കെ മുട്ടുകൾ നിലത്തൂന്നി ഇരിപ്പിടങ്ങളിൽ മുഖമമർത്തിക്കിടക്കുകയായിരുന്നു. നിശ്ചലമായ ദുരന്തസ്മാരകങ്ങൾക്കിടിയിലൂടെ യോഹന്നാൻ നടന്നു. അവൻ ആദ്യം പാർവതിക്കരികിലെത്തി. ഒരു പിതാവിനെപ്പോലെ അവൻ പാർവതിയുടെ ശിരസ്സിൽ തലോടി. അവളുടെ നഷ്ടത്തിന് ഒന്നും പകരം നിൽക്കുകയില്ലെന്ന് അവനറിയാം. എന്നിട്ടും ഒരു വാഗ്ദാനംകൊണ്ട് അവൻ പാർവതിയെ സാന്ത്വനിപ്പിച്ചു.

കൂമാൻതോടിന്റെ കരയിലെ കൈതക്കാട്ടിൽനിന്ന് ആണ്ടുകൾ കഴിഞ്ഞാലും സുഗന്ധം നശിക്കാത്ത അപൂർവമായ കൈതപ്പൂ അവർക്കുവേണ്ടി പറിച്ചുകൊണ്ടുവരാമെന്ന് യോഹന്നാൻ പറഞ്ഞു.

അതുകേട്ട് പാർവതി മുഖമുയർത്തി. അവളുടെ കലങ്ങിയ കണ്ണുകളിൽ നേർത്ത വെയിൽ പരക്കുന്നത് അവൻ കണ്ടു. ആ വെയിൽ അവനു പ്രതീക്ഷയായി. തന്റെ ദൗത്യം പൂവണിയുമെന്ന് യോഹന്നാന് ഉറപ്പായി.

പക്ഷിത്തൂവലുകൾക്ക്പകരം ചുവന്ന പുസ്തകമാണ് നരേന്ദ്രന് വാഗ്ദാനം ചെയ്തത്. കണ്ണൻകുട്ടിക്ക് അമ്പും വില്ലും. ഷാജഹാന് കവണ.

വാഗ്ദാനങ്ങളുടെ സാന്ത്വനവുമായി അവൻ നടന്നുനീങ്ങി. ഒരുപക്ഷേ, തനിക്കിതൊന്നും നൽകാനാവുകയില്ലെന്ന് അവനറിയാം. അവരെ സമാധാനിപ്പിക്കാനായാൽ പതുക്കെ ദുഃഖത്തിന്റെ ആവരണം മാറ്റാമെന്നാണ് അവൻ മോഹിച്ചത്. നഷ്ടസ്വപ്നങ്ങളെക്കുറിച്ച് അവരപ്പോൾ വിസ്മരിക്കും. അപ്പോഴവർ വീഴ്ചയിൽനിന്ന് എഴുന്നേൽക്കും.

ഇനി മാസ്റ്റർ വരുമ്പോൾ കണ്ണീരുകണ്ട് ആഹ്ലാദിക്കരുത്. തളർന്നുകിടക്കുന്ന തന്റെ ചങ്ങാതിമാരെ കണ്ടു ചിരിക്കരുത്.

അതുമാത്രമായിരുന്നു യോഹന്നാന്റെ ഇച്ഛ.

പത്ത്

വിശുദ്ധഗ്രന്ഥത്തിനും പിഴവ് പറ്റുമോ?

കലുഷമായ ആകാശത്തേക്ക് കൈകൾ ഉയർത്തി മാസ്റ്റർ ചോദിച്ചു. പക്ഷേ, കറുത്ത മേഘങ്ങൾക്കിടയിൽനിന്നു വെളിച്ചം പൊഴിഞ്ഞില്ല. ഈ ചോദ്യം ഇനി ആരോടു ചോദിക്കുമെന്നറിയാതെ മാസ്റ്റർ കുഴങ്ങി.

കുട്ടികളുടെ നഖമേറ്റ മുറിവുകൾ നീറിക്കത്തി. അപ്പോൾ അടഞ്ഞ കണ്ണുനീർഗ്രന്ഥികൾ തുറന്ന് കണ്ണീർ പൊടിഞ്ഞു.

എത്രയോ ചാണക്യന്മാർ രാപ്പകലുകളറിയാതെ ഉറക്കമിളച്ചിരുന്ന് ബുദ്ധിയുടെ അവസാനത്തെ തുള്ളി വെളിച്ചവും ഉപയോഗിച്ചു തയ്യാറാക്കിയ ശിക്ഷാവിധികൾക്ക് തെറ്റുപറ്റുകയില്ലെന്നാണ് മാസ്റ്റർ വിശ്വസിച്ചിരുന്നത്. ആ ഗ്രന്ഥം നൽകിയ സ്വാമിയും അതാണ് പറഞ്ഞത് വിശുദ്ധഗ്രന്ഥത്തിൽനിന്ന് ഉത്തരം കിട്ടാത്ത ചോദ്യമൊന്നുമില്ലെന്നു പറഞ്ഞതും സ്വാമിതന്നെ.

സ്വാമിയുടെ കാൽതൊട്ടു വന്ദിച്ച് ഗ്രന്ഥം ഏറ്റുവാങ്ങിയ നേരംതൊട്ട് ഉള്ളിൽ പെയ്തുനിറഞ്ഞ ആഹ്ലാദമൊക്കെ എത്ര പെട്ടെന്നാണ് വറ്റിപ്പോയത്!

ഇനി തനിക്ക് പരാജയം നേരിടേണ്ടിവരില്ലെന്ന് ഉരുവിട്ടതൊക്കെ വെറുതെയാവുന്നു.

സ്വപ്നങ്ങൾ കണ്ടുകെട്ടിയാൽ വരുംകാലങ്ങളിൽ സംഭവിക്കാൻ പോകുന്ന ദുരന്തത്തെക്കുറിച്ച് ഭീതിപൂണ്ട് കുട്ടികൾ നിശ്ശബ്ദരാവുമെന്നാണ് വിശുദ്ധഗ്രന്ഥം പറഞ്ഞത്. ലോകത്തെങ്ങുമുള്ള കീഴാളർക്കു നൽകുന്ന ശിക്ഷാവിധികളിലൊന്നാണിത്. എത്രയോ രാജ്യങ്ങളിൽ ഭരണകൂടങ്ങൾ ഈ ശിക്ഷാവിധി പരീക്ഷിച്ച് വിജയിച്ചിട്ടുണ്ടെന്നും ഗ്രന്ഥത്തിന്റെ ആമുഖത്തിൽ പറഞ്ഞിരുന്നു.

സ്വപ്നങ്ങളാണ് ഒരു ജനതയുടെ കരുത്ത്. അത് കണ്ടുകെട്ടുന്നതോടെ അവർ വേരുകൾ മുറിഞ്ഞ വൃക്ഷംപോലെ ആയിത്തീരും.

നേർത്ത കാറ്റുപോലും ജനതയെ ഭീതിപ്പെടുത്തും. അപ്പോൾ അവർ ഭരണകൂടത്തിന്റെ താങ്ങിൽ മുറുകെ പിടിച്ചുകൊള്ളും. അതോടെ അനുസരണയുള്ള മൃഗങ്ങളായിത്തീരും അവർ. പിന്നെ അവർ നിശ്ശബ്ദരായിക്കൊള്ളും.

കീഴാളർ നിശ്ശബ്ദരായാൽ അധികാരത്തിന്റെ ചങ്ങലയിൽ ബന്ധിക്കപ്പെട്ടു എന്നർത്ഥം. പടിപടിയായി അവരെ കീഴടക്കാൻ പ്രയാസമുണ്ടാവില്ല. ഓരോ പാഠത്തിന്റെയും വിത്തുകൾ അവരുടെ ഊർവരമായ മസ്തിഷ്കത്തിൽ നിക്ഷേപിക്കാം. ആ വിത്തുകൾ മുളച്ചുപൊന്തുന്നതോടെ സ്കൂളിന്റെ ദൗത്യം പൂർണമാവും.

ആ വ്യാമോഹം തന്നെയായിരുന്നു മാസ്റ്ററുടെ ആഹ്ലാദം. ഈ കീഴാളക്കുട്ടികളെ അനുയായികളാക്കിക്കഴിഞ്ഞാൽ നേതാജിയുടെ പ്രീതി തന്റെ നേർക്കു നീണ്ടുവരുമെന്ന് അയാൾക്കറിയാം. അപ്പോൾ ഉയരത്തിലെവിടെയെങ്കിലും ഒരു ഇരിപ്പിടം പതിച്ചുകിട്ടും. ചിലപ്പോൾ തലസ്ഥാനത്തേക്ക് വിളിപ്പിച്ച് പട്ടും വളയും തന്നേക്കും. സങ്കല്പങ്ങളുടെ സുവർണവളയങ്ങൾ ഓരോന്നായി കൊരുക്കുകയായിരുന്നു മാസ്റ്റർ.

സ്വപ്നങ്ങൾ കണ്ടുകെട്ടിയ ദിവസം മാസ്റ്റർ ഉറങ്ങിയില്ല.

വരാൻപോകുന്ന നല്ല ദിനങ്ങളുടെ ലഹരിയിലായിരുന്നു അയാൾ. കുട്ടികൾ അമൂല്യമായി സൂക്ഷിച്ച സ്വപ്നങ്ങൾ ഓരോന്നും കണ്ടുകെട്ടുമ്പോൾ വിളർത്തു മഞ്ഞച്ചുപോയ അവരുടെ മുഖം വീണ്ടും വീണ്ടും മനസ്സിൽ തെളിഞ്ഞു. ക്ലാസ്സിൽനിന്ന് ഇറങ്ങിപ്പോരുമ്പോൾ കേട്ട നിലവിളി അപ്പോഴും ചെവിയിൽ വന്നലച്ചു.

ഈ രാവിൽ അവർ വീടുകളിൽ ചെന്ന് അലമുറയിട്ടു കരയുകയാവും. കരഞ്ഞുകരഞ്ഞു തളരുമ്പോൾ അമ്മമാർ അവരെ സാന്ത്വനിപ്പിക്കും. അനുസരണയുള്ള കുട്ടികളായി കഴിഞ്ഞുകൂടാൻ അവരോടു പറയും.

നനഞ്ഞ കിളിക്കുഞ്ഞുങ്ങളെപ്പോലുള്ള കുട്ടികളെയായിരിക്കും താൻ നാളെ കാണുക. ഇനി താനവരെ സാമൂഹ്യപാഠം പഠിപ്പിക്കും.

ഉന്മാദിയെപ്പോലെ അയാൾ ആഹ്ലാദചേഷ്ടകൾ കാണിക്കാൻ തുടങ്ങി. കുട്ടികളിൽനിന്ന് കണ്ടുകെട്ടിയതൊക്കെ മേശപ്പുറത്ത് എടുത്തുവെച്ച് ഒരുപാടുനേരം അതിലേക്ക് നോക്കിയിരുന്നു. പിന്നെ മയിൽപ്പീലി കണ്ണുകൾ ഓരോന്നായി പറിച്ചെടുത്തു. പളുങ്കുഗോട്ടിയെടുത്ത് അതുടഞ്ഞുചിതറുന്നതുവരെ ചുവരിലേക്ക് ആഞ്ഞെറിഞ്ഞു. യാമങ്ങൾ അയാളറിയാതെ കടന്നുപോയി. നേരം പ്രഭാതമായി.

പക്ഷേ, മോഹങ്ങളൊക്കെ കീഴ്മേൽ മറിയാൻ ഏറെനേരം വേണ്ടി വന്നില്ല.

ഉറച്ച ചുവടുവെപ്പുകളോടെ സാമൂഹ്യപാഠം പഠിപ്പിക്കാൻ ക്ലാസിലെത്തിയപ്പോൾ കണ്ട കാഴ്ച മാസ്റ്ററെ തകർത്തു കളഞ്ഞു. ആ നിമിഷം അയാളുടെ മനസ്സിലെ വിശുദ്ധഗ്രന്ഥത്താളുകളിൽ ചിതൽപ്പുറ്റുകളുയർന്നു. കുട്ടികൾക്കു മുമ്പിൽ നിവർന്നുനിൽക്കാനാവാതെ അയാൾ കസേരയിൽ വീണുപോയി.

കീഴടങ്ങലിന്റെ ദൈന്യവുമായി ബെഞ്ചുകളിൽ കുനിഞ്ഞിരിക്കുന്ന കുട്ടികളെയല്ല മാസ്റ്റർ കണ്ടത്. അവർ പാടേ മാറിക്കഴിഞ്ഞിരിക്കുന്നു. ആദ്യമായി പാഠശാലയിലേക്കു വരുമ്പോൾ അവരുടെ മുഖത്തുണ്ടായിരുന്ന നേർത്ത ആലസ്യംപോലും വിട്ടുമാറിയിരുന്നു. പകരം ആ മുഖങ്ങളിൽ ഉണർവിന്റെ ചോപ്പു പടർന്നുനിന്നു. ആ ചോപ്പിൽനിന്ന് രോഷത്തിന്റെ നാളങ്ങൾ ഉയരാൻ തുടങ്ങുന്നതുപോലെ. ഇരിപ്പിടങ്ങളിൽ നിവർന്നിരുന്ന അവർ വളരെ കൂടുതൽ വളർന്നുകഴിഞ്ഞതുപോലെ.

വിശുദ്ധഗ്രന്ഥത്തിന് പിഴവുപറ്റുകയാണല്ലോ ദൈവമേ...

ഉയരത്തിലേക്കുള്ള പടവുകൾ കൊട്ടിയടയ്ക്കപ്പെടുകയാണല്ലോ...

തളർന്ന കണ്ണുകളോടെ മാസ്റ്റർ കുട്ടികളെ നോക്കിയിരുന്നു. മൗനം ഏറെനേരം നീണ്ടുനിന്നു.

കുട്ടികൾ അവരുടെ പഴയ ക്ലാസിനെ മറന്നുകഴിഞ്ഞിരുന്നു. അതുകൊണ്ടുതന്നെ അങ്ങോട്ടുള്ള മടക്കയാത്രയെക്കുറിച്ചല്ല അവരപ്പോൾ ചിന്തിച്ചത്. കണ്ടുകെട്ടിയ സ്വപ്നങ്ങളെക്കുറിച്ചുള്ള ഓർമ്മയിലായിരുന്നു അവർ. മയിൽപ്പീലിക്കും പമ്പരത്തിനും പളുങ്കുഗോട്ടിക്കുമൊപ്പം അവർക്കുള്ളിലേക്കു രോഷം കടന്നുവന്നു.

ആ മാറ്റത്തിന്റെ കാരണക്കാരൻ യോഹന്നാനായിരുന്നു. തീരാനഷ്ടത്തെക്കുറിച്ചുള്ള ദുഃഖം മായ്ച്ചുകളഞ്ഞത് അവനാണ്. അവനാണ് കുട്ടികളുടെ ചോരയെ ജ്വലിപ്പിച്ചത്. സ്വന്തം ഇച്ഛാശക്തിയിലുള്ള വിശ്വാസം യോഹന്നാൻ തൊട്ടുണർത്തിയപ്പോൾ നഷ്ടപ്പെട്ട സ്വപ്നങ്ങൾ തിരിച്ചെടുക്കണമെന്ന് അവർക്കു തോന്നി. സംഘംചേർന്ന് അതൊക്കെ തിരിച്ചുചോദിക്കണമെന്നാണ് യോഹന്നാൻ പറഞ്ഞത്.

ഇനി ആരും ചൂരലിനെ ഭയപ്പെടരുത്.

കുട്ടികളുടെ മാറ്റത്തിന്റെ കാരണമെന്തെന്ന് മാസ്റ്റർക്കു മനസ്സിലായില്ല. കുട്ടികളുടെ മൗനം ഭയപ്പെടുത്തുകയും ചെയ്തു.

അവരുടെ പ്രതികരണം എന്തായിരിക്കുമെന്നറിയാതെ മാസ്റ്റർ

വ്യാകുലനായി.

എന്തോ അടയാളം കാത്തിരിക്കുന്ന ഭാവമായിരുന്നു കുട്ടികളുടേത്. ആ സന്ദിഗ്ധതയ്ക്ക് ഒടുവിൽ മാസ്റ്റർ തന്നെ വിരാമമിട്ടു. സ്വപ്നത്തിൽ നിന്നു പിടഞ്ഞുണർന്നവനെപ്പോലെ കസേരയിൽനിന്ന് അയാൾ എഴുന്നേറ്റതും അതുവരെ വിങ്ങിനിന്ന മൗനം പൊട്ടിത്തെറിക്കുകയായിരുന്നു.

കുട്ടികൾക്ക് യോഹന്നാനിൽനിന്ന് അടയാളം കിട്ടി.

ഒരാരവത്തോടെ അവർ എഴുന്നേറ്റു. അവർ മാസ്റ്റർക്കു ചുറ്റും വലയംതീർത്തു. താൻ നിരായുധനാണെന്ന അറിവ് മാസ്റ്ററെ ഭീതിതനാക്കി. വിശുദ്ധഗ്രന്ഥത്തെ അനുസരിച്ച് ചൂരലെടുക്കാതെ ആദ്യമായി കുട്ടികളുടെ മുമ്പിൽ പ്രത്യക്ഷപ്പെടുകയായിരുന്നല്ലോ അയാൾ.

താൻ പത്മവ്യൂഹത്തിൽ അകപ്പെട്ടിരിക്കുകയാണെന്ന് മാസ്റ്റർ അറിഞ്ഞു. അതിൽനിന്നു രക്ഷപ്പെടാനായി അകംനൊന്തു പ്രാർത്ഥിച്ചു. അപ്പോൾ കുട്ടികളുടെ കൈകൾ മാസ്റ്റർക്കുനേരെ നീണ്ടു. ഇടിമുഴക്കംപോലെ നരേന്ദ്രന്റെ ശബ്ദമുയർന്നു:

“എന്റെ തൂവലുകൾ തിരിച്ചുതാ...”

പാർവതിയുടേത് കണ്ണകിയുടെ അലർച്ചയായിരുന്നു:

“എന്റെ മയിൽപ്പീലിക്കുഞ്ഞുങ്ങളെ താ...”

പിന്നെ ഓരോരുത്തരും പറഞ്ഞു:

“എന്റെ പമ്പരം.”

“എന്റെ വെള്ളാരങ്കല്ല്.”

“എന്റെ പളുങ്കുഗോട്ടി.”

ഒടുങ്ങാത്ത ഇടിമുഴക്കത്തിൽ കരിങ്കൽച്ചുവരുകൾ വിറപൂണ്ടു.

വലയം ചെറുതായിച്ചെറുതായി വന്നപ്പോൾ കുട്ടികളുടെ കൈകൾ മാസ്റ്ററുടെ ശരീരത്തിൽ സ്പർശിച്ചു. അവരുടെ വിരലുകൾ വേട്ടപ്പക്ഷിയുടെ നഖമായി. അതിൽ കുരുങ്ങി വസ്ത്രങ്ങൾ കീറിത്തൂങ്ങി. എവിടെയൊക്കെയോ നഖങ്ങൾ കൊണ്ടുമുറിഞ്ഞു.

മാസ്റ്റർ ഉറക്കെ നിലവിളിച്ചു.

അപ്പോൾ കുട്ടികൾക്കു പിൻവാങ്ങാനുള്ള അടയാളം കിട്ടി. കുട്ടികൾ ഓരോരുത്തരായി തങ്ങളുടെ ഇരിപ്പിടങ്ങളിൽ ചെന്നിരുന്നു.

പക്ഷേ, മാസ്റ്റർ കസേരയിലിരുന്നില്ല. ഒരിക്കലും പ്രതീക്ഷിക്കാത്ത പ്രത്യാക്രമണത്തിന്റെ ദുഃഖവും അമർഷവും പേറി കീറിത്തൂങ്ങിയ വസ്ത്രവുമായി മാസ്റ്റർ ക്ലാസിൽനിന്ന് ഇറങ്ങിനടന്നു.

Gopi

പതിനൊന്ന്

ഇനി എന്ത് എന്നറിയാതെ കൊടുംവിഷാദത്തിന്റെ തളർച്ചയിൽ കമിഴ്ന്നുകിടന്ന മാസ്റ്ററുടെ ചുമലിൽ ദൃഢമായൊരു കൈപ്പത്തിവന്നു പതിച്ചു. പരിഭ്രാന്തിയോടെ പിടഞ്ഞെഴുന്നേറ്റു നോക്കുമ്പോൾ മുമ്പിൽ പ്രാകൃതനായൊരു നാടോടി.

കരിങ്കല്ലിന്റെ ധാർഷ്ട്യം നിറഞ്ഞ ശരീരം. കൈത്തണ്ടയിൽ പ്രാകൃതജീവിതത്തിന്റെ പച്ചയടയാളങ്ങൾ. ഗോത്രമുദ്രയായി നെഞ്ചിൽ കിടന്നു ത്രസിക്കുന്ന വെള്ളികെട്ടിയ പുലിനഖം.

ചുമലിൽനിന്ന് ഭാണ്ഡം അഴിച്ചുവെച്ച്, പുകയിലക്കറ പറ്റിയ പല്ലുകൾ മുഴുവൻ പുറത്തുകാട്ടിച്ചിരിച്ചു നാടോടി പറഞ്ഞു:

"വിഷാദം കളഞ്ഞ് എഴുന്നേൽക്കൂ. ഞാൻ വന്നു."

കണ്ണുനീർപ്പാളികളിലൂടെ കാണുന്ന സ്വപ്നംകണക്കെ മാസ്റ്റർ നാടോടിയെത്തന്നെ നോക്കിനിന്നു. ആരെന്നോ എന്തെന്നോ മനസ്സിലാവാതെ.

"എന്നെ മനസ്സിലായില്ല, അല്ലേ?"

നാടോടി ഒരു രേഖയെടുത്ത് മാസ്റ്ററെ കാണിച്ചു. ആ രേഖയിൽ അയാളുടെ വിലാസം വെളിപ്പെടുത്തിയിരുന്നു. അതു വായിക്കുമ്പോൾ മാസ്റ്ററുടെ മുഖത്തു നിഴലൊഴിഞ്ഞ പ്രകാശം നിറഞ്ഞു.

രേഖ തിരിച്ചുകൊടുത്ത്, നാടോടിയുടെ കൈപ്പത്തികൾ കൂട്ടിപ്പിടിച്ച് മാസ്റ്റർ ചുംബിച്ചു.

"ഞാൻ വന്നില്ലേ? ഇനി എല്ലാം നേരെയാകും. ഇനി കരയരുത്. വേണ്ടതൊക്കെ ഈ ഭാണ്ഡത്തിലുണ്ട്."

മാസ്റ്ററുടെ ചുമലിൽ കൈവച്ച് നാടോടി സാന്ത്വനിപ്പിച്ചു.

നഗരങ്ങളും ഗ്രാമങ്ങളും പിന്നിട്ട് ഊരുചുറ്റുന്നവനാണ് ആ നാടോടി. അവൻ പച്ചകുത്തുകാരുടെയും ലാടവൈദ്യന്മാരുടെയും സംഘത്തിൽപ്പെട്ടവനായിരുന്നു. മനുഷ്യന്റെ പാദസ്പർശമേൽക്കാത്ത വനാന്തരങ്ങളിൽനിന്നു ശേഖരിക്കുന്ന ഒരപൂർവസസ്യത്തിന്റെ കറകൊണ്ടു

പച്ചകുത്തുന്നവരാണവർ.

ഉത്സവപ്പറമ്പുകളിലും ചന്തകളിലും ചെന്നു സുന്ദരികളായ സ്ത്രീകളുടെ കൈത്തണ്ടകളിൽ പച്ചകുത്തി പുരുഷന്മാരെ മോഹിപ്പിക്കുന്ന പച്ചകുത്തുകാരെപ്പോലെയായിരുന്നില്ല അവർ. അവരുടെ പച്ചകുത്തൽ നാലു ചുവരുകൾക്കിടയിലെ ആഭിചാരക്രിയപോലെയായിരുന്നു. വിസ്മയമുണർത്തിക്കൊണ്ട് മനുഷ്യരുടെ സ്വകാര്യതാവളങ്ങളിലേക്കു കയറിച്ചെല്ലുന്നതായിരുന്നു അവരുടെ രീതി. ഉപയോഗിക്കുന്ന മഷിയാണ് മറ്റു പച്ചകുത്തുകാരിൽനിന്ന് അവരെ വേറിട്ടുനിർത്തിയത്. ആ മഷി അപാരമായ വശീകരണശേഷിയുള്ളതും മനുഷ്യന്റെ സ്വഭാവത്തെ പാടേ മാറ്റിത്തീർക്കാൻ പോന്നതുമാണെന്ന് ആ നാടോടിസംഘം അവകാശപ്പെട്ടിരുന്നു. ആ മഷികൊണ്ട് കുത്തിവയ്ക്കുന്ന പച്ചമുദ്രകൾക്ക് ആരെയും കീഴടക്കാൻ കഴിയുമെന്നാണ് അവർ നാടൊട്ടുക്കു പാടിനടന്നത്. രക്തധമനികളിലൂടെ തലച്ചോറിലേക്കു പടരുന്ന വീര്യം നാല്പത്തിയാറു ദിവസംകൊണ്ട് ഫലം കാണിക്കുമെന്ന് മഹാഗുരുവിനെ ആണയിട്ടുകൊണ്ട് അവർ പറഞ്ഞു. അതുകൊണ്ട് മനുഷ്യർക്ക് എന്തു പ്രയോജനം കിട്ടുമെന്ന ചോദ്യത്തിന് അവർക്ക് ഉത്തരം നല്കാൻ കഴിഞ്ഞില്ല. വേണ്ടത്ര ഇരകളെ കിട്ടാതെ, ദാരിദ്ര്യമൊഴിയാതെ, അലച്ചിൽമാത്രം ബാക്കിയായി. പരമഭക്തരായ മനുഷ്യർമാത്രം സ്വയം ദൈവങ്ങൾക്കു നടതള്ളി ദൈവേച്ഛയുടെ അടിമകളാകാൻവേണ്ടി ശരീരത്തിൽ ദൈവരൂപങ്ങൾ കൊത്തിവെപ്പിച്ചു. ഈ നാടോടികളെക്കുറിച്ചു കേട്ടറിഞ്ഞ നേതാജി അവരെ കൊട്ടാരത്തിലേക്കു വിളിച്ചുവരുത്തി. തന്റെ സൂക്തങ്ങൾ മഷിയിൽ ചാലിച്ചു കീഴാളരുടെ കറുത്ത ശരീരത്തിൽ മുദ്രകളാക്കി പതിച്ചുകൊടുക്കാമോ എന്ന് നേതാജി ചോദിച്ചു. ആ ദൗത്യം വിജയിച്ചാൽ അവർക്കു വലിയ പുരസ്കാരങ്ങൾ നൽകാമെന്നും അവരെ രാജ്യത്തിലെ ഉത്തമപൗരന്മാരായി പ്രഖ്യാപിക്കാമെന്നും ആ പച്ചമഷി കണ്ടെത്തിയ അവരുടെ പിതാമഹനെ വാഴ്ത്തപ്പെട്ടവനായി അംഗീകരിച്ച് അദ്ദേഹത്തിന്റെ ചിത്രം തപാൽമുദ്രകളാക്കി രാജ്യമെമ്പാടും പ്രചരിപ്പിക്കാമെന്നും പറഞ്ഞു. ഇതിനുംപുറമെ ആവശ്യപ്പെടുന്ന പണംകൂടി നൽകാമെന്ന് സമ്മതിച്ചപ്പോൾ അവർ ആ ദൗത്യം ഏറ്റെടുത്തു. അങ്ങനെയാണ് ആ നാടോടി സംഘം നാടിന്റെ നാനാഭാഗങ്ങളിലേക്കും കീഴാളരെ മുദ്രവെക്കാനായി യാത്രതിരിച്ചത്.

സ്കൂളിലെത്തിയ നാടോടി അവരിലൊരാളായിരുന്നു. കീഴാളരുടെ ചാളകളിലേക്ക് എപ്പോൾ വേണമെങ്കിലും കയറിച്ചെല്ലാനുള്ള സ്വാതന്ത്ര്യം അവർക്കു നൽകിയിരുന്നു. പ്രതിഷേധിക്കുന്നവരെ നേരി

ടാൻ നിയമപാലകരുടെ സഹായം തേടാം. സ്വയം രക്ഷയ്ക്കായി മാരകമായൊരു കൃപാണം കൊണ്ടുനടക്കാം.

ആ ആയുധംകൊണ്ടു മതിമറന്ന അവർ അതുവെച്ചു പുതിയ ഉപയോഗം കണ്ടു. അതു വാതിൽക്കൽ കുത്തിനിറുത്തി അവർ കന്യകമാരുടെ ചാരിത്ര്യം കവർന്നെടുത്തു. രോഷാഗ്നി ആളിപ്പടരുന്ന യുവത്വത്തിന്റെ കണ്ണുകൾ ചൂഴ്ന്നെടുത്തു. അങ്ങനെ ഭിക്ഷാടകരുടെയും ലാടവൈദ്യന്മാരുടെയും സ്ഥാനത്തുനിന്ന് അധികാരത്തിന്റെ ഉയരങ്ങളിൽ സ്ഥാനം ലഭിച്ച അവർ നാടെങ്ങും പുളച്ചുനടന്നു.

ധാർഷ്ട്യത്തോടെ മുമ്പിൽ നടക്കുന്ന നാടോടിയുടെ കാൽക്കൽ വീണ് മാസ്റ്റർ കേണു:

“ഈ കറുത്ത കുട്ടികളോടു ഞാൻ തോൽക്കുകയാണ്. എന്നെ രക്ഷിക്കണം!”

മഹാഗുരുവിന്റെ കാരുണ്യത്തോടെ ആ നാടോടി മാസ്റ്ററെ പിടിച്ചെഴുന്നേൽപ്പിച്ചു. മുഖത്തെ കണ്ണീർപ്പാടുകൾ മായ്ച്ചുകളഞ്ഞു. പിന്നെ ഭാണ്ഡം തുറന്ന് വിഷച്ചെപ്പു പുറത്തെടുത്തു. അതിന്റെ ദിവ്യശക്തി ഒന്നൊന്നായി വർണ്ണിക്കാൻ തുടങ്ങി. രാജ്യത്താകമാനം കലാപകാരികളായ കീഴാളരെ മുദ്രകുത്തി കൊടിച്ചിപ്പട്ടികളെപ്പോലെ വാലാട്ടി നടത്താൻ കഴിഞ്ഞിട്ടുണ്ടെന്ന് അയാൾ പറഞ്ഞു.

നേതാജി പറഞ്ഞയയ്ക്കുന്ന ആൾക്കാർ മഹാന്മാർതന്നെയാവുമെന്ന് മാസ്റ്റർക്ക് വിശ്വാസമുണ്ടായിരുന്നു. അയാൾ നാടോടിയെ തന്റെ കസേരയിൽ പിടിച്ചിരുത്തി. കുട്ടികളെ ഓരോരുത്തരെയായി തന്റെ മുമ്പിൽ ഹാജരാക്കാൻ നാടോടി കൽപ്പിച്ചു.

മാസ്റ്ററും കിഴവനും ചേർന്ന് ഓരോരുത്തരെയായി ക്ലാസ്സിൽനിന്നു പിടിച്ചിറക്കിക്കൊണ്ടു പോരുമ്പോൾ കാര്യമെന്തെന്ന് ആർക്കും മനസ്സിലായില്ല. മാസ്റ്ററുടെ മുറിയിലേക്ക് അവരെ ആദ്യമായി കൊണ്ടുപോവുകയായിരുന്നു. മുമ്പൊരിക്കൽ ആ വാതിൽ കടന്നുചെന്നവരെ മാസ്റ്റർ ക്രൂരമായി മർദ്ദിച്ചിട്ടുണ്ട്. എന്നിട്ട് തങ്ങളെ ഇപ്പോൾ സ്നേഹപൂർവം കൂട്ടിക്കൊണ്ടുപോകുന്നതെന്തിന്? എന്തോ അപകടം പതുങ്ങിയിരിപ്പുണ്ടെന്ന് യോഹന്നാനു തോന്നി. പക്ഷേ, അതെന്താണെന്നു മനസ്സിലാവാതെ പ്രതികരിക്കുന്നതെങ്ങനെ?

നാടോടിയെ കണ്ട മാത്രയിൽ കുട്ടികൾ ഭയന്നു. അയാൾ സ്നേഹപൂർവം കുട്ടികളെ അടുത്തേക്കു വിളിച്ചു. അയാൾ ചിരിച്ചപ്പോൾ വെറ്റിലക്കറ പിടിച്ച പല്ലുകൾ പുറത്തേക്കു നീണ്ടു. മുത്തശ്ശിക്കഥയിലെ രാക്ഷസനെ കുട്ടികൾക്ക് ഓർമ്മ വന്നു. അവർ പുറകോട്ടു മാറി. മാസ്റ്റർ

കൈ പിടിച്ചപ്പോൾ കുതറാൻ നോക്കി. അപ്പോൾ നാടോടി തന്റെ ഭാണ്ഡത്തിൽ നിന്നു തിളങ്ങുന്ന കൃപാണം പുറത്തെടുത്തു. അത് തന്റെ മുമ്പിലുള്ള പീഠത്തിൽ കുത്തിനിർത്തി. നേർത്ത തേങ്ങൽ എവിടെനിന്നോ ഉയർന്നു. ആഴ്ന്നിറങ്ങിയ കത്തിയിൽ തടവിലാക്കപ്പെട്ട ആത്മാക്കളായ കുട്ടികൾ നിന്നു. ആദ്യത്തെ മുദ്ര വീണത് കുട്ടികൾ നോക്കി. നെറ്റിയിലാണ് മുദ്ര വീണത്. പച്ചനിറത്തിൽ തെളിയുന്നത് ചുവരിൽ തൂക്കിയിട്ട അഭയമുദ്രതന്നെയാണെന്നു കുട്ടികളറിഞ്ഞു.

യോഹന്നാന് അതൊരു ആഘാതമായിരുന്നു. ആ നാടോടിമാന്ത്രികന്റെ മുമ്പിൽനിന്ന് രക്ഷപ്പെടാനാവില്ലെന്ന് അവനു മനസ്സിലായി.

ഒരു യന്ത്രത്തിന്റെ വേഗതയോടെയാണ് നാടോടി തന്റെ ജോലി നിർവ്വഹിച്ചത്. നിമിഷങ്ങൾക്കകം എല്ലാം കഴിഞ്ഞു. അറവുശാലയിലേക്കു തെളിച്ചുകൊണ്ടുപോകുന്ന ആടുകളെപ്പോലെ കുട്ടികൾ തങ്ങളുടെ ഇരിപ്പിടങ്ങളിലേക്കു വിഷാദത്തോടെ വരിയിട്ടു നീങ്ങി.

Gopal

പന്ത്രണ്ട്

നെറ്റിയിലെ മുദ്രകളിലേക്ക് പരസ്പരം പകച്ചുനോക്കി കുട്ടികളിരുന്നു. ചിലർ വേദനിക്കുവോളം നെറ്റിയിൽ കൈകൊണ്ടു വരച്ചു. അപ്പോൾ മുദ്രയ്ക്ക് കൂടുതൽ തിളക്കം വയ്ക്കുകയാണ് ചെയ്തത്.

ഓരോരുത്തരും പരസ്പരം നെറ്റിയിൽ തലോടി ആശ്വസിപ്പിക്കുക മാത്രം ചെയ്തു.

നരേന്ദ്രൻ പാർവതിയോട് പറഞ്ഞു:

“നിന്റെ നെറ്റിയില് പൊട്ടു തൊട്ടതുപോലേള്ളു. സാരല്യ.”

പക്ഷേ, പാർവതി ആ വാക്കുകൾ വിശ്വസിച്ചില്ല. നരേന്ദ്രന്റെ നെറ്റിയിലെ മുദ്രതന്നെയാണ് തന്റേതുമെന്ന് അവൾക്കറിയാം; അതിന് ഒട്ടും ഭംഗിയില്ലെന്നും.

“അതു മാഞ്ഞുപോകാതെ കറുത്ത മറുകുപോലെ നിൽക്ക്വോ?”

“ആവോ, ആർക്കറിയാം!’

ആർക്കും അറിയില്ലായിരുന്നു മുദ്രവയ്ക്കപ്പെട്ടത് എന്തിനാണെന്ന്. അവർ യോഹന്നാന്റെ അരികിലെത്തി. ഒരു പരാജയത്തിന്റെ വിഷാദത്തോടെ യോഹന്നാൻ തലകുനിച്ചിരിക്കുകയായിരുന്നു. അവന് ഉത്തരങ്ങളില്ലായിരുന്നു. നിറഞ്ഞ ദൈന്യത്തോടെ അവൻ കൂട്ടുകാർക്കുനേരെ മുഖമുയർത്തി. ചോദ്യങ്ങൾ സഹിക്കാനാവാതെവന്നപ്പോൾ ചെവി പൊത്തി. അപ്പോൾ കുട്ടികൾ അവരവരുടെ ഇരിപ്പിടങ്ങളിലേക്കുതന്നെ തിരിച്ചുപോയി. പച്ചകുത്തുമഷിയുടെ വശീകരണാമ്ലം രക്തത്തിൽ കലരാൻ തുടങ്ങിയപ്പോൾ കുട്ടികൾ അസ്വസ്ഥരാവാൻ തുടങ്ങി. അപ്പോൾ ഒരു വെളിപാടുപോലെ യോഹന്നാന് തിരിച്ചറിവുണ്ടായി. വിപൽസന്ദേശങ്ങൾ അവന്റെ ചോര വിളിച്ചുപറഞ്ഞു. ആ നിമിഷം യോഹന്നാൻ ഭീതിയുടെ നീരാളിക്കൈകളിൽ കുടുങ്ങിപ്പോയി. അന്ന് സ്കൂൾ വിട്ടപ്പോൾ അവൻ തന്റെ കൂട്ടുകാരെ വിട്ടുനടന്നു. പ്രകൃതി അവന്റെ ചെവി

യിൽ ഒരു മന്ത്രമോതിക്കൊടുത്തിരുന്നു. ആ മന്ത്രത്തിലെ കാട്ടുവള്ളിയുടെ ഗർഭംതേടി അവൻ കുന്നിൻതാഴ്വരയിലെത്തി.

ഓരോ സസ്യത്തിന്റെയും ഇലകൾ തിരിച്ചറിയാൻ പ്രകൃതി എന്നോ അവനെ പഠിപ്പിച്ചുകഴിഞ്ഞതാണ്. ഒറ്റമൂലി തിരഞ്ഞുപോകുന്ന വൈദ്യനായി കുന്നിൻതാഴ്വരയിലെ വൃക്ഷപ്പടർപ്പുകളിലൂടെ അവൻ നടന്നു. ഒടുവിൽ ഒരു പാറക്കൂട്ടത്തിന്റെ വിള്ളലിൽനിന്ന് അവൻ ആ കാട്ടുവള്ളി പിഴുതെടുത്തു. അത് പാറമേലുരച്ച് അതിന്റെ നീരു മാറ്റി. പിന്നെ ഒരു കാരമുള്ളുകൊണ്ട് നെറ്റിയിലെ മുദ്രമേൽ നെടുകെ നീറി. ആ മുറിവിൽ അവൻ പ്രതിരോധത്തിന്റെ അമ്ലം പുരട്ടി. താഴ്വരയിൽനിന്നു തിരിച്ചുനടക്കുമ്പോൾ യോഹന്നാൻ തളരുകയായിരുന്നു. ഒരു നിദ്രാടകനെപ്പോലെയാണ് അവൻ തന്റെ കൂരയിൽ തിരിച്ചെത്തിയത്. പായയിൽ തളർന്നുവീഴുകയായിരുന്നു അവൻ. ആ തളർച്ചയുടെ പാരമ്യത്തിൽ ആ രാത്രി യോഹന്നാനു പനിച്ചു. പനിക്കോളിൽ ഭയാനകമായ സ്വപ്നം കണ്ടു. ദുഃസ്വപ്നത്തിൽ ഓലപ്പായ കൂറ്റൻ അഭയമുദ്രയായി. അതിന്റെ ഓരോ രേഖയും വിണ്ടുപൊട്ടി കിടങ്ങുകളായി. കിടങ്ങിൽ തിളയ്ക്കുന്ന ജലം. അതിൽ രക്തദാഹികളായ മുതലകൾ ഇഴഞ്ഞുനടന്നു. കിടങ്ങിനു മീതെ തലനാരിഴയിൽ തൂങ്ങിക്കിടക്കുകയായിരുന്നു യോഹന്നാൻ.

യോഹന്നാന്റെ രക്തധമനികളിൽ മഹായുദ്ധം ആരംഭിച്ചു. പച്ചകുത്തുമഷിയുടെ അമ്ലത്തെ അവന്റെ രക്തം പുറന്തള്ളുകയായിരുന്നു. അത് മുദ്രയിലേക്കു പിൻവാങ്ങി ഉറഞ്ഞുകൂടി. പ്രതിരോധം എന്നിട്ടും ഒടുങ്ങിയില്ല.

ഒഴിഞ്ഞുപോകാമെന്ന് ഉച്ചത്തിൽ നിലവിളിക്കുന്ന പ്രേതത്തെപ്പോലെ ആ മഷിപ്പാടിന് അവന്റെ ശരീരത്തിൽനിന്ന് ഒഴിഞ്ഞുപോകാതെ വയ്യെന്നായി. ആ രാവിൽ അവനറിയാതെ മുദ്രകൾ വീർത്തുപൊട്ടി. പകരം ജൈവമായ പ്രതിരോധത്തിന്റെ വിജയമുദ്ര മാത്രം കൊച്ചു മുറിവായി നെറ്റിയിൽ അവശേഷിച്ചു. കടുംചുവപ്പുവർണത്തിന്റെ തിളക്കത്തോടെ അതു മൂന്നാംകണ്ണായി.

ആ മുറിവുമായാണ് അടക്കാനാവാത്ത ആഹ്ലാദത്തോടെ പിറ്റേന്ന് യോഹന്നാൻ സ്കൂളിലെത്തിയത്. തനിക്ക് പ്രകൃതി നൽകിയ രഹസ്യം അവൻ തന്റെ കൂട്ടുകാർക്കും കൈമാറി. അന്നു വൈകുന്നേരം അവരെല്ലാം യോഹന്നാനെ പിന്തുടർന്ന് കുന്നിൻതാഴ്വരയിലെത്തി.

ആ രാത്രി കുട്ടികൾ യോഹന്നാൻ നടന്നുപോയ സ്വപ്നപഥത്തിലൂടെ നടന്നു. പ്രഭാതത്തിൽ ഉറക്കമുണർന്നപ്പോൾ അവർക്ക് സ്വാസ്ഥ്യം തിരിച്ചുകിട്ടി. പനി ബാധിച്ച മണിക്കൂറുകളെ മുഴുവൻ അവ്യക്തമായ ഓർമ്മകളിലേക്കു തള്ളിവിട്ടുകൊണ്ട് അവരുടെ മനസ്സും ശരീരവും മാരകമായ കീഴടങ്ങലിൽനിന്നു രക്ഷപ്പെടുകയായിരുന്നു. രക്തത്തിന്റെയും പച്ചകുത്തുമഷിയുടെയും പാടുകൾ അവരുടെ തലയണകളിൽ പറ്റിക്കിടന്നു. കണ്ണാടിയിൽ ചെന്നു നോക്കിയപ്പോൾ അവരും മൂന്നാംകണ്ണു കണ്ടു. ആർപ്പുവിളിയോടെയാണ് കുട്ടികൾ പിറ്റേന്ന് സ്കൂളിലെത്തിയത്.

നാല്പത്തിയാറു ദിവസം കടന്നുപോകാൻ ആകാംക്ഷയോടെ കാത്തിരിക്കുകയായിരുന്നു മാസ്റ്റർ. നാല്പത്തിയാറു ദിവസം കഴിഞ്ഞാൽ കീഴാളക്കുട്ടികൾ തന്റെ പിറകെ വാലാട്ടിവരുന്നത് അയാൾ സ്വപ്നം കാണാറുണ്ടായിരുന്നു.

നിറഞ്ഞ ചിരിയോടെ കുട്ടികളുടെ മുമ്പിൽ വന്നുനിന്നപ്പോൾ മാസ്റ്റർക്ക് തന്റെ കണ്ണുകളെ വിശ്വസിക്കാനായില്ല.

എവിടെ നാടോടി പച്ചകുത്തിയ അടയാളങ്ങൾ?

എവിടെ?

എവിടെ?

കുട്ടികളുടെ നെറ്റിയിലേക്കു സൂക്ഷിച്ചുനോക്കവെ, മൂന്നാംകണ്ണിൽ നിന്ന് അഗ്നിഗോളങ്ങളുയരുന്നത് അയാളറിഞ്ഞു.

മാസ്റ്ററുടെ കണ്ണിൽ ഇരുട്ടുകയറി.

ഈ കീഴാളർ എന്നെ പരാജയപ്പെടുത്തുകയാണല്ലോ.

Gopu

പതിമ്മൂന്ന്

ഇനി ഈ കീഴാളരെ സാമൂഹ്യപാഠം പഠിപ്പിക്കാനാവില്ല.

ഉയരത്തിലുള്ള ഇരിപ്പിടം കാഴ്ചപ്പുറത്തുനിന്ന് അകന്നകന്നു പോകുന്നതായി മാസ്റ്റർ അറിഞ്ഞു. ഒരടിപോലും മുന്നോട്ടു നടക്കാനാവാതെ മാസ്റ്റർ തളർന്നിരുന്നു.

ഇനി കുട്ടികൾ കലാപമുയർത്തുമെന്ന് മാസ്റ്റർക്ക് ഉറപ്പായിരുന്നു. ആ ദിനം സങ്കല്പിക്കാൻപോലും അയാൾക്കു കഴിഞ്ഞില്ല.

പാഠശാലയിൽനിന്ന്, നേതാജിയുടെ കോട്ടകളിലെവിടെയങ്കിലും തൂപ്പുകാരനായി ശേഷിക്കുന്ന കാലം തള്ളിനീക്കാൻ വിധിക്കപ്പെടും.

മാസ്റ്റർക്ക് ഉറക്കം നഷ്ടപ്പെട്ടു. ആകുലതകൾ പൊടിക്കാറ്റായി ഹൃദയത്തിലൂടെ ചീറിയടിച്ചു.

താൻ പരാജയപ്പെട്ടുകഴിഞ്ഞുവെന്ന് മാസ്റ്റർ സ്വയം സമ്മതിച്ചു. ഒടുക്കത്തെ പരീക്ഷണമെന്ന നിലയിൽ തലസ്ഥാനത്തേക്ക് ഒരു സങ്കടഹരജി സമർപ്പിക്കാൻതന്നെ ഒടുവിൽ അയാൾ തീരുമാനിച്ചു.

വിശുദ്ധഗ്രന്ഥത്തിൽനിന്നു കിട്ടിയ അറിവുകൾക്കു വിപരീതമായി ഒന്നും പ്രവർത്തിക്കുന്നില്ലെന്നും എന്നിട്ടും കീഴാളർ കീഴടങ്ങുന്നില്ലെന്നുമെഴുതി. വിശുദ്ധഗ്രന്ഥം തയ്യാറാക്കിയ ചാണക്യന്മാരുടെ കണക്കുകൂട്ടലുകൾ പിഴയ്ക്കുന്ന അനുഭവമാണ് പാഠശാലയിൽ ഉണ്ടാവുന്നതെന്നും അക്കാര്യം പ്രത്യേകം പരിശോധിച്ചു പുതിയ മാർഗ്ഗങ്ങൾ പറഞ്ഞുതരണമെന്നും സങ്കടഹരജിയിൽ കുറിച്ചിരുന്നു.

സങ്കടഹരജി തലസ്ഥാനത്തു കിട്ടിയ ഉടൻ പ്രതികരണമുണ്ടായി. ഒരുദിവസം കറുത്ത ട്രക്കിൽ ദൂതൻ പാഠശാലയിലെത്തി. ഏഴു കടലുകൾക്കപ്പുറത്തെ ചക്രവർത്തി അയച്ചുകൊടുത്ത പ്രത്യേകതരം ഗോതമ്പിന്റേയും പാൽക്കട്ടിയുടെയും പായ്ക്കറ്റുകളായിരുന്നു ട്രക്കിൽ. മനുഷ്യനെ മാരകമായ ആലസ്യത്തിലേക്കു വീഴ്ത്തുന്ന പാൽക്കഞ്ഞിയുടെ അസംസ്കൃതപദാർത്ഥമാണത്. ജനങ്ങൾ കലാപകാരികളായി വളരാതിരിക്കാൻ ലോകത്താകമാനം ദരിദ്രജനങ്ങൾക്കിടയിൽ ഈ പാൽക്കഞ്ഞി വിതരണം ചെയ്യുന്നു. അതിന്റെ ഫലപ്രാപ്തിയെക്കു

റിച്ച് വിശുദ്ധ ഗ്രന്ഥത്തിൽ എഴുതിവെച്ചത് മാസ്റ്റർ വായിച്ചിട്ടുണ്ട്.

നിറഞ്ഞ ചിരിയോടെയാണ് ആ വാർത്തയുമായി മാസ്റ്റർ കുട്ടികളുടെ മുമ്പിലെത്തിയത്. ഇനിമുതൽ സ്കൂളിൽ പാൽക്കഞ്ഞി കിട്ടുമെന്നു വിളംബരം ചെയ്തപ്പോൾ അതെന്താണെന്ന് കുട്ടികൾക്ക് മനസ്സിലായില്ല.

“നാളെമുതൽ പാൽക്കഞ്ഞി മേടിക്കാനുള്ള പാത്രവുമായി വരണം.”

മാസ്റ്റർക്ക് തങ്ങളോടു സ്നേഹം തോന്നിയിരിക്കുന്നുവെന്നാണ് കുട്ടകൾ മനസ്സിലാക്കിയത്. അതിൽ വിപത്തുകൾ ഒളിഞ്ഞിരിക്കുന്നുണ്ടെന്ന അറിവ് യോഹന്നാന്റെ പ്രജ്ഞയിൽപ്പോലുമെത്തിയില്ല.

സ്കൂളിന്റെ അല്പം ദൂരെവച്ച് മൺപാത അവസാനിക്കുന്നു. ട്രക്ക് അവിടെ നിർത്തിയിട്ടിരിക്കുകയായിരുന്നു. അവിടെനിന്ന് പ്ലാസ്റ്റിക് ബാഗുകളുമായി വരുന്ന ചുമട്ടുകാർ സ്കൂളിന്റെ മുറ്റം മുറിച്ചുകടക്കുന്നത് കുട്ടികൾ കണ്ടു.

പിറ്റേന്നു സ്കൂളിലേക്ക് വരുമ്പോൾ അവരെല്ലാം പാത്രവുമായാണ് വന്നത്. കഞ്ഞിവെക്കാനുള്ള അടുപ്പും വലിയ പാത്രങ്ങളും ഒരുങ്ങിക്കഴിഞ്ഞിരുന്നു.

മണിയടിക്കുന്ന വൃദ്ധനായിരുന്നു മുഖ്യ പാചകക്കാരൻ. വൃദ്ധനെ സഹായിക്കാനായി പിൻബെഞ്ചിൽനിന്ന് നാലുപേരെ തെരഞ്ഞെടുത്തു. ചരിത്രത്തിൽ ഇല്ലാത്തവരായി കഴിഞ്ഞുകൂടുന്നവരായിരുന്നു ആ നാലുപേരും.

അവർ കൂട്ടുകാരുടെ മുന്നിൽ തലയുയർത്തിനിന്നു. അവർ ക്ലാസിൽനിന്ന് ഇറങ്ങിപ്പോകുമ്പോൾ മറ്റു കുട്ടികൾ അസൂയയോടെ നോക്കിനിന്നു.

പാൽക്കഞ്ഞി വേവാൻ തുടങ്ങിയപ്പോൾ അതിന്റെ മാസ്മരഗന്ധം വായുവിൽ പടർന്നു. ലഹരിയുടെ വിതാനത്തിലേക്കുയർന്നുപോകുന്ന ആ ഗന്ധം ശ്വസിച്ച് കുട്ടികൾക്ക് ഇരിക്കപ്പൊറുതിയില്ലാതായി. തങ്ങളുടെ ഇരിപ്പിടങ്ങളിൽനിന്ന് അവർ അറിയാതെ എഴുന്നേറ്റുപോയി. ചിലർ ഒഴിഞ്ഞ പാത്രങ്ങളിൽ കൊട്ടി ഒച്ചവെച്ചു.

യോഹന്നാനുമാത്രം ആ മണം ഇഷ്ടമായില്ല. തല പെരുക്കുന്നുതപോലെയാണ് അവനു തോന്നിയത്. യോഹന്നാൻ മൂക്കുപൊത്തി.

ഉച്ചയാവുമ്പോഴേക്കും പാൽക്കഞ്ഞി വെന്തുകഴിഞ്ഞിരുന്നു. വലിയ ചെമ്പിനരികിലേക്ക് കുട്ടികൾ ഭിക്ഷാടകരെപ്പോലെ നീങ്ങി.

മാസ്റ്റർ തന്നെയാണ് പാൽക്കഞ്ഞി വിളമ്പിക്കൊടുത്തത്. ഓരോരുത്തർക്കും നൽകുന്ന കഞ്ഞിയുടെ അളവ് കർശനമായി പാലിക്കണമെന്ന് നിർദ്ദേശം കിട്ടിയിരുന്നു. ആ അളവ് തെറ്റിപ്പോയാൽ അപായം സംഭവിച്ചേക്കാൻ ഇടയുള്ളതുകൊണ്ട് അളന്നുകൊടുക്കേണ്ട തവി

പോലും ഏഴുകടലിനപ്പുറത്തുനിന്നും കൊടുത്തയച്ചതായിരുന്നു. ദുർജ്ഞേയമായ എന്തെല്ലാമോ അതിൽ ലയിച്ചുചേർന്നിട്ടുണ്ടല്ലോ.

അപകടകരമായ പരീക്ഷണത്തിന് മാസ്റ്റർ തയ്യാറായിരുന്നില്ല. പാൽക്കഞ്ഞി പകർന്നുകൊടുക്കുന്ന ജോലി വൃദ്ധനെ ഏല്പിക്കാതിരുന്നത് അതുകൊണ്ടാണ്.

ലോഹപ്പാത്രത്തിൽ വീണ പാൽക്കഞ്ഞിയുടെ ചൂടറിയാതെ കുട്ടികൾ ആർത്തിയോടെ മോന്തിക്കുടിച്ചു. ജീവിതത്തിൽ ആദ്യമായാണ് അവർ പാലിന്റെ രുചിയറിയുന്നത്.

അരിമാവു കലക്കിയ വെള്ളംപോലും പാലായി സ്വീകരിച്ച അശ്വത്ഥാമാവിന്റെ മനസ്സായിരുന്നല്ലോ അവരുടേത്.

പാൽക്കഞ്ഞിയുടെ രുചി നാവിനെ തരിപ്പിച്ചുകളഞ്ഞപ്പോൾ കുട്ടികൾക്ക് മാസ്റ്ററോട് സ്നേഹം തോന്നി. പാൽപ്പതയിലൂടെ അവർ ചിരിച്ചു. ആ ചിരി മാസ്റ്റർക്ക് സാന്ത്വനവും പ്രതീക്ഷയുമായി. അപ്പോൾ കുട്ടികൾക്കു ചുറ്റും ഈച്ചകൾ വട്ടമിട്ടു പറക്കാൻ തുടങ്ങിയിരുന്നു.

യോഹന്നാന് പാൽക്കഞ്ഞിയുടെ രുചി ഇഷ്ടമായില്ല. അവൻ ഒരു കവിളേ കുടിച്ചുള്ളൂ. ആരും കാണാതെ അവനത് വയലിലേക്ക് ഒഴിച്ചുകളയുകയാണ് ചെയ്തത്. ആ ധവളവിതാനത്തിലേക്കു മത്സ്യങ്ങൾ കൂട്ടത്തോടെ പൊങ്ങിവന്ന് വാ പിളർത്തി. അൽപം കഴിഞ്ഞപ്പോൾ അവ മത്തുപിടിച്ച് മലർക്കാൻ തുടങ്ങി. അപ്പോൾ ഒരുപറ്റം മീൻകൊത്തികൾ ആ മത്സ്യങ്ങളെ കൊത്തിയെടുത്തു പറന്നുപോയത് യോഹന്നാൻ കണ്ടു.

ഒരു മഹാവിപത്തിനെക്കുറിച്ച് പ്രകൃതി അവനു നൽകിയ അടയാളമായിരുന്നു അത്. ദുരന്തഭീതി അവനെ വേട്ടയാടാൻ തുടങ്ങി.

പാൽക്കഞ്ഞി കുടിച്ച കുട്ടികൾ നനഞ്ഞ പക്ഷികളെപ്പോലെ, ഇരിപ്പിടങ്ങളിൽ കൂനിയിരുന്നു. ലഹരിയുടെ ആലസ്യത്തിലായിരുന്നു അവർ. കൺപോളകൾ താനേ അടയുന്ന സുഖത്തിൽ ഒരു പഞ്ഞിക്കെട്ടിന്റെ മാർദ്ദവത്തിലേക്ക് അവർ ആഴ്ന്നുപോയി. ബെഞ്ചിൽനിന്ന് എഴുന്നേൽക്കണമെന്നുതന്നെ അവർക്കു തോന്നിയില്ല.

ആലസ്യത്തിന്റെ പൊരുൾ യോഹന്നാനു മനസ്സിലായിക്കഴിഞ്ഞിരുന്നു. അടഞ്ഞ കണ്ണുകൾക്കു മുമ്പിലൂടെ അവൻ നടന്നു. പുതിയ വിപത്തിന്റെ ദുർമ്മുഖം കാണുകയായിരുന്നു അവൻ.

ലഹരിയുടെ പാൽക്കഞ്ഞിയിൽനിന്ന് തന്റെ ജനതയെ എങ്ങനെ രക്ഷിക്കുമെന്നറിയാതെ അവൻ മുഖം പൊത്തി.

അന്നാദ്യമായി അവൻ കരഞ്ഞു.

പതിന്നാല്

പാൽക്കഞ്ഞി വെക്കാൻ പോയ കുട്ടികളിലൊരാൾ ഗ്രഹണിപിടിച്ച് വയറുവീർത്ത കുട്ടിയായിരുന്നു. അവന്റെ പേര് ആണ്ടിക്കുട്ടി എന്നായിരുന്നു.

അന്ന് പാൽക്കഞ്ഞി അടുപ്പത്തുനിന്ന് ഇറക്കിവെക്കുമ്പോൾ ഉച്ചഭക്ഷണത്തിനുള്ള സമയമായിരുന്നില്ല. അപ്പോൾ മറ്റു കുട്ടികളെ ക്ലാസ്സിലേക്കു തിരിച്ചയച്ച് ആണ്ടിക്കുട്ടിയോടു കാവലിരിക്കാൻ പറഞ്ഞ് വൃദ്ധൻ പോയി. ഏകനായി കഞ്ഞിപ്പാത്രത്തിലേക്കു നോക്കിയിരുന്നപ്പോൾ അവന്റെ ഗ്രഹണി പിടിച്ച മോഹം ആസക്തിയായി. എത്ര ഭക്ഷണം കഴിച്ചാലും നിറയാത്ത വയറും കൊതിയുമാണവന്റേത്. ആവിയുടെ മണം ശ്വസിച്ച് പ്രലോഭനം അടക്കാനാവാതെവന്നപ്പോൾ അവൻ കുറേ കഞ്ഞി കോരിക്കുടിച്ചു.

പിന്നെ ഉച്ചയ്ക്ക് എല്ലാവർക്കുമൊപ്പമിരുന്ന് ആണ്ടിക്കുട്ടി വീണ്ടും പാൽക്കഞ്ഞി കുടിച്ചു. അതോടെ അവനൊരു ചുഴിക്കുത്തിലേക്കു നിപതിച്ചു. ക്ലാസ്സിൽ വന്നിരുന്ന് മണിക്കൂറുകൾ കഴിഞ്ഞപ്പോൾ അവന്റെ വയറ് വീർത്തുവീർത്തുവന്നു. കണ്ണുകൾ തുറിച്ചു. ചുഴലിയേറ്റവനെപ്പോലെ അവൻ ബെഞ്ചിൽനിന്നു മുഖംകുത്തി വീണു. യോഹന്നാന്റെ സ്പർശമേറ്റപ്പോഴേക്കും അവന്റെ അവസാനത്തെ പിടച്ചിലും കഴിഞ്ഞ് ആ ശരീരം നിശ്ചലമായിക്കഴിഞ്ഞിരുന്നു. വിഷനീലിമ അവന്റ ശരീരത്തിലാകെ പടർന്നുകഴിഞ്ഞിരുന്നു. എന്തു ചെയ്യണമെന്നറിയാതെ യോഹന്നാൻ വിയർത്തു.

പ്രതികരിക്കാനാവാതെ ലഹരിയിലമർന്നുപോയ ചങ്ങാതിമാരെ കുലുക്കിവിളിച്ച് അവൻ ആണ്ടിക്കുട്ടിയുടെ നേർക്കു വിരൽചൂണ്ടി. കണ്ണുതുറിച്ച് നാവു പുറത്തേക്ക് നീണ്ട് വയറുന്തിക്കിടക്കുന്ന കൂട്ടുകാരനെ കണ്ടപ്പോൾ അവരുടെ മൂടൽമഞ്ഞു പൊതിഞ്ഞ മനസ്സിലേക്ക് ഒരഗ്നിഗോളം ഇറങ്ങിവന്നു. അവർ ഇരിപ്പിടങ്ങളിൽനിന്ന് പിടഞ്ഞെഴുന്നേറ്റ് ആണ്ടിക്കുട്ടിയുടെ ചുറ്റും പകച്ചുനിന്നു.

ആ മരണം യോഹന്നാനേറ്റ കനത്ത പ്രഹരമായിരുന്നു. അത്തരമൊരു ദുരന്തം അവൻ പ്രതീക്ഷിച്ചിരുന്നില്ല. മാരകമായ അറിവുകൾ തലച്ചോറിൽ നഖമുനയാഴ്ത്തി വലിക്കുമ്പോൾ യോഹന്നാൻ നിലവിളിച്ചു. ആ കരച്ചിൽ കേട്ടാണ് മാസ്റ്ററും വൃദ്ധനും ഓടിവന്നത്. വയറു വീർത്തു മരിച്ചുകിടക്കുന്ന ആണ്ടിക്കുട്ടിയുടെ ശവം നോക്കിനിൽക്കുമ്പോൾ മരണകാരണം മാസ്റ്റർക്കു മനസ്സിലായില്ല. ആണ്ടിക്കുട്ടി പാൽക്കഞ്ഞി കട്ടുകുടിച്ചത് ആരും അറിഞ്ഞിരുന്നില്ലല്ലോ.

മരണകാരണം ഗ്രഹണിയാണെന്നു സ്ഥിരീകരിക്കപ്പെട്ടു. ആണ്ടിക്കുട്ടിയുടെ ആൾക്കാർ വന്ന് ആ ശവം ഏറ്റിക്കൊണ്ടു പോകുമ്പോൾ അവിടമാകെ നിറഞ്ഞ ആർത്തനാദം കുട്ടികളെ ആലസ്യത്തിൽനിന്നുയർത്തി.

ആ മരണം ഒരായുധവും വലിയ ഉത്തരവുമായിരുന്നു യോഹന്നാന്. പാൽക്കഞ്ഞി കുടിക്കരുതെന്ന് കുട്ടികളോട് പറഞ്ഞപ്പോഴൊക്കെ അതിന്റെ കാരണം വിശദീകരിക്കാൻ യോഹന്നാനു കഴിഞ്ഞിരുന്നില്ല.

ഇന്നല്ലെങ്കിൽ നാളെ എല്ലാവരും ആണ്ടിക്കുട്ടിയെപ്പോലെ വയറുന്തി മരിക്കുമെന്ന് യോഹന്നാൻ പറഞ്ഞപ്പോൾ കുട്ടികൾ ഭീതിയുടെ രാക്ഷസൻകോട്ടയിൽ അകപ്പെട്ടുപോയി. പക്ഷേ, പിറ്റേന്നും അവർ പാത്രവുമായാണ് വന്നത്. പാൽക്കഞ്ഞിയുടെ മണം ആ രാക്ഷസൻകോട്ടയിൽനിന്ന് അവരെ പുറത്തുകൊണ്ടുവരാൻ ശക്തിയുള്ളതായിരുന്നല്ലോ. ലഹരിയുടെ നീരാളിക്കൈകളിൽ അകപ്പെട്ടുപോയവരെ ആർക്കാണ് രക്ഷിക്കാനാവുക?

അന്നും അവർ പാൽക്കഞ്ഞി കുടിച്ചു.

ഇനി എന്തു ചെയ്യണമെന്നറിയാതെ യോഹന്നാൻ തളർന്നുപോയി. അവനു മുമ്പിൽ പൊടിക്കാറ്റ് പ്രത്യക്ഷമാവുകയായിരുന്നു. അത് ഒരു ഗോപുരംപോലെ ചുഴിഞ്ഞുപൊന്തുമ്പോൾ അതിനുമുകളിൽ അഭയമുദ്രമാത്രം ഉയർന്നുനിന്നു.

അന്നു രാത്രി യോഹന്നാന്റെ സ്വപ്നത്തിൽ വള്ളിക്കാടുകൾ നിറഞ്ഞ താഴ്വര ആടിയുലഞ്ഞു. മുള്ളുവള്ളികൾ വകഞ്ഞുമാറ്റി എന്തോ അന്വേഷിച്ചു പോകുകയായിരുന്നു അവൻ. മുള്ളുകോറി അവന്റെ ശരീരമാകെ മുറിഞ്ഞിരുന്നു.

ഇല പൊഴിഞ്ഞുപോയ വള്ളികളിൽ കുലകളായി തൂങ്ങിയാടുന്ന കായകൾ കൺമുമ്പിലേക്ക് ഇറങ്ങിവന്നപ്പോൾ യോഹന്നാൻ നിന്നു.

പ്രകൃതി അവന്റെ ചെവിയിൽ ആ രഹസ്യം മന്ത്രിച്ചു.

ആ കായ്കളുമായാണ് പിറ്റേന്ന് യോഹന്നാൻ പാഠശാലയിലെത്തി

യത്. ആ കായ അവനെല്ലാവർക്കും നൽകി. പാൽക്കഞ്ഞി മേടിക്കാൻ പോകുന്നതിനുമുമ്പായിരുന്നു അത്. ആ കായ തിന്നതിനുമേലെ പാൽക്കഞ്ഞി കുടിച്ചപ്പോൾ ഒരു പ്രതിഷേധത്തിന്റെ ലാവ വയറ്റിൽ വിങ്ങി. അപ്പോൾ കുട്ടികൾക്കു ഛർദ്ദിക്കാൻ വന്നു.

വയൽക്കരയിൽ വരിവരിയായിരുന്ന് കുട്ടികൾ ഛർദ്ദിച്ചു. അവരുടെ തലയ്ക്കുമീതെ കാക്കകൾ വട്ടമിട്ടു പറന്നു. പക്ഷേ, അവയൊന്നും താഴേക്കുവന്നില്ല. കുട്ടികൾ എഴുന്നേറ്റപ്പോഴും അവ വയൽവരമ്പിലിരുന്നില്ല.

ഒരുപാടു ഛർദ്ദിച്ച് എഴുന്നേറ്റു വരുമ്പോൾ കുട്ടികളുടെ കണ്ണുകളിൽ നഷ്ടപ്പെട്ട പ്രകാശം വീണ്ടും നിറയുന്നത് യോഹന്നാൻ കണ്ടു.

ബെഞ്ചിൽ കുനിഞ്ഞിരുന്നു കരയുന്ന തന്റെ കൂട്ടുകാരെ അവൻ സാന്ത്വനിപ്പിച്ചു.

അതിന്റെ പിറ്റേന്ന് പാൽക്കഞ്ഞി നിറച്ച പാത്രത്തിലേക്കു നോക്കുമ്പോൾത്തന്നെ കുട്ടികൾക്ക് ഓക്കാനം വന്നു.

ഒരു കവിൾപോലും കുടിക്കാൻ കഴിയാതെ അവർ പാൽക്കഞ്ഞി വയലിലേക്ക് ഒഴിച്ചുകളഞ്ഞു.

അതു നോക്കിനിൽക്കെ ഒരിടിവാളിന്റെ ആഘാതമേറ്റ് മാസ്റ്റർ തളർന്നിരുന്നു.

പതിനഞ്ച്

മാരകമായ ആലസ്യത്തിന്റെ അണുക്കളെപ്പേറുന്ന പാൽക്കഞ്ഞിയിൽനിന്ന് യോഹന്നാന് തന്റെ മോചിപ്പിക്കാനായി.

പാൽക്കഞ്ഞി കുടിച്ചു ഛർദ്ദിച്ചതിന്റെ പിറ്റേന്ന് വെന്ത പാലിന്റെ മണം അന്തരീക്ഷത്തിൽ കലർന്നപ്പോൾത്തന്നെ കുട്ടികൾ അസ്വസ്ഥരാവാൻ തുടങ്ങിയിരുന്നു. കുശിനിപ്പുരയിൽ നിന്ന് പുറത്തുകടന്ന് ആ മണം കുട്ടികളെ വലയം ചെയ്തു. അവർക്ക് അവിടെയിരിക്കാൻ വയ്യെന്നായി. അപ്പോൾ അവർക്കു വീണ്ടും ഓക്കാനിക്കാൻ വന്നു. അതു തടഞ്ഞുനിർത്താനായില്ല. കുട്ടികൾ ഓരോരുത്തരായി വാ പൊത്തി പുറത്തേക്കോടി. വയൽവരമ്പിൽ ചെന്നിരുന്ന് അവർ ഛർദ്ദിച്ചു.

രാവിലെ തിന്ന പഴഞ്ചോറിന്റെ വറ്റുകൾ പുല്ലുകളിൽ തങ്ങിനിന്നു. അപ്പോൾ അവരുടെ തലയ്ക്കു മുകളിൽ കാക്കകൾ പ്രത്യക്ഷപ്പെട്ടു. കുട്ടികൾ വയൽവരമ്പിൽനിന്നും എഴുന്നേറ്റുപോയപ്പോൾ അവ താഴേക്കിറങ്ങിവന്നു. പഴഞ്ചോറിന്റെ വറ്റുകൾ കൊത്തിപ്പെറുക്കി അവ കലപിലകൂട്ടി.

ബഞ്ചുകളിൽ വന്നിരുന്ന കുട്ടികൾക്ക് മുഖമുയർത്താനായില്ല. അന്നു കഞ്ഞികുടിക്കാൻ ബെല്ലടിച്ചപ്പോൾ കുട്ടികളാരും എഴുന്നേറ്റതേയില്ല. ഏതോ പ്രതിരോധത്തിന്റെ ശക്തി അവരുടെ ഞരമ്പുകളിൽ നിറഞ്ഞിരുന്നു. കഞ്ഞിപ്പാത്രം കുനിഞ്ഞെടുക്കുന്നതിൽനിന്നുപോലും അതവരെ തടഞ്ഞു.

പാൽക്കഞ്ഞി നിറച്ച പാത്രങ്ങൾക്കുനേരെ വരിയിട്ടു നീങ്ങുന്ന കുട്ടികളെ കാണാതെവന്നപ്പോൾ മാസ്റ്റർ ക്ലാസിൽ വന്നു. മാസ്റ്ററുടെ കൈയിൽ ചൂരലുണ്ടായിരുന്നു.

“എന്താ ഇന്നാർക്കും വിശപ്പില്ലേ?”

‘’ഇല്ല.”

“ഇത്രയും നല്ല പാൽക്കഞ്ഞി ആരും കുടിച്ചില്ലെങ്കിൽ കുഴിച്ചുമൂടേണ്ടിവരും. അത് പാപമാണെന്നറിയാമോ നിങ്ങൾക്ക്?”

കുട്ടികൾ ഉത്തരമൊന്നും പറഞ്ഞില്ല.

“വിശപ്പില്ലെങ്കിലും വാങ്ങിച്ചോളൂ. വീട്ടിൽ കൊണ്ടുപോവാലോ.”

അപ്പോൾ കുട്ടികൾ ഒന്നിച്ച് വിളിച്ചുപറഞ്ഞു:

“ഇതു കുടിച്ചാല് ഞങ്ങടെ ഒടപ്പിറപ്പുകളൊക്കെ ചത്തുപോവും.”

അപ്പോൾ മാസ്റ്റർ ചൂരലെടുത്തു. ആവോളം പ്രഹരിച്ച് കൈ തളർന്നതുമാത്രം ബാക്കി. കുട്ടികൾ അവരുടെ കഞ്ഞിപ്പാത്രം കുനിഞ്ഞെടുത്തതുപോലുമില്ല.

യോഹന്നാൻ തന്റെ കൂനിന്മേൽ വിജയപതാക നാട്ടുകയായിരുന്നു. അവൻ തന്റെ ജനതയുടെ യഥാർത്ഥ രക്ഷകനാവുകയായിരുന്നു.

വിശുദ്ധഗ്രന്ഥത്തിലെ ദൈവങ്ങളെ വിളിച്ച് മാസ്റ്റർ കേണു.

എന്നെ ആയുധം താഴെവച്ച് കീഴടങ്ങാൻ വിധിക്കുകയാണോ? സ്കൂളിലെ എന്റെ ദിനങ്ങൾ അവസാനിച്ചുകഴിഞ്ഞോ?

മുമ്പൊരിക്കലും ഉണ്ടാവാത്ത ഒരുതരം ഭീതി മാസ്റ്ററെ പൊതിഞ്ഞു. രാവുറക്കം കലുഷമായി. ദുഃസ്വപ്നം കണ്ട് ഞെട്ടിയുണർന്ന് അയാൾ നിലവിളിച്ചു. ഇനി എന്താണ് സംഭവിക്കുക എന്നറിയാതെ അയാൾ കുഴങ്ങി.

കുട്ടികൾ ഇനിയൊരിക്കലും പാൽക്കഞ്ഞി കുടിക്കുകയില്ലെന്നു ബോദ്ധ്യമായപ്പോൾ പാൽക്കഞ്ഞി വെക്കേണ്ടെന്ന് മാസ്റ്റർ നിർദ്ദേശം കൊടുത്തു.

കഞ്ഞിവെക്കാൻ പോയ കുട്ടികൾ ക്ലാസ്സിലേക്കു മടങ്ങിച്ചെന്നു. പക്ഷേ, മാസ്റ്റർ അന്ന് ക്ലാസിൽ ചെന്നില്ല. ഇനി കുട്ടികളെ അഭിമുഖീകരിക്കാനാവില്ലെന്ന് അയാൾക്കറിയാമായിരുന്നു.

ഒരു വിജയത്തിന്റെ ആഹ്ലാദത്തിലായിരുന്നു കുട്ടികൾ. പ്രതിരോധംകൊണ്ടു നേടിയെടുത്ത സ്വാതന്ത്ര്യം അവരെ ലഹരിപിടിപ്പിച്ചു.

അവർ ക്ലാസ്സിൽ തുള്ളിച്ചാടി.

യോഹന്നാനെ ചുമലിലേറ്റി നായ്ക്കളുടെയും പൂച്ചകളുടെയും ശബ്ദമുണ്ടാക്കി നടന്നു.

അന്ന് മണി മുഴങ്ങിയതുമില്ല. മണിയൊച്ചയുടെ ബന്ധനത്തിൽ നിന്നു വിമുക്തരായപ്പോൾ അവരുടെ അഹ്ലാദം ശരിക്കും ഉന്മാദമായി. ഓരോരുത്തരും തോന്നുന്ന നേരത്ത് പുറത്തുപോയി മൂത്രമൊഴിച്ചുവന്നു. ചിലരൊന്നും പിന്നെ ക്ലാസ്സിലേക്കു കയറിവന്നതുമില്ല. അവർ വെറുതെ പുറത്തു ചുറ്റിനടന്നു.

മാസ്റ്റർ അതൊക്കെ കാണുന്നുണ്ടായിരുന്നു. പക്ഷേ, കുട്ടികളോട് എന്തെങ്കിലും പറയാൻ അയാൾക്കു ധൈര്യം വന്നില്ല. ചൂരലുമായി

ച്ചെന്ന് കുട്ടികളെ ക്ലാസ്സിലേക്ക് ഓടിക്കട്ടേയെന്ന് വൃദ്ധൻ ചോദിച്ചു. പക്ഷേ, മാസ്റ്റർ വേണ്ടെന്നു പറഞ്ഞു. അതുകൊണ്ടു വലിയ പ്രയോജനമില്ലെന്നറിയാമായിരുന്നു അയാൾക്ക്.

കീഴടങ്ങാൻ അയാൾ തയ്യാറല്ലായിരുന്നു. വൈകാതെ എന്തെങ്കിലുമൊരു വഴി തെളിയാതിരിക്കില്ലെന്നു പ്രതീക്ഷിച്ച് അന്നു നേരത്തെ കൂട്ടമണിയടിച്ച് സ്കൂൾ വിട്ടു.

കുട്ടികളുടെ ആർപ്പുവിളി അകന്നകന്നുപോയി.

അപ്പോൾ വൃദ്ധനോടും പോയ്ക്കൊള്ളാൻ പറഞ്ഞു. മാസ്റ്റർ ഒറ്റയ്ക്കായി.

അഭയമുദ്രയിലുള്ള വിശ്വാസം അപ്പോഴും മാസ്റ്റർക്ക് നഷ്ടപ്പെട്ടിരുന്നില്ല. ആപത്തിന്റെ ഘട്ടത്തിലൊക്കെ ജീവസ്സുറ്റ സാന്നിദ്ധ്യമായി അതു തന്റെ രക്ഷയ്ക്കെത്തിയിട്ടുണ്ടെന്ന് അയാൾക്കറിയാം. അല്ലായിരുന്നെങ്കിൽ എന്നേ അടിതെറ്റി വീഴുമായിരുന്നല്ലോ.

അഭയമുദ്രയുടെ മുമ്പിൽ ചെന്നുനിന്ന് മാസ്റ്റർ നെഞ്ചത്തടിച്ചു കരഞ്ഞു. അപ്പോൾ കണ്ണീരിന്റെ സ്ഫടികത്തിലൂടെ കണ്ടത് ഏഴു വർണ്ണങ്ങളിൽ ജ്വലിച്ച് ഭ്രമണം ചെയ്യുന്ന സ്വസ്തികചിഹ്നത്തെയാണ്. അപ്പോൾ അഭയമുദ്രയുടെ ചൂണ്ടുവിരൽ നീണ്ട് പുറത്തേക്കു ചൂണ്ടി.

ഓട്ടുമണിയിലേക്കാണ് വിരൽ ചൂണ്ടിയത്.

കാല് നിശ്ചലമാക്കുക. ഇനി കുട്ടികൾ ഇരുട്ടിൽ വാഴട്ടെ. ഇനി അവർ കീഴടങ്ങുന്നതുവരെ മണിയൊച്ച കേൾക്കരുത്. കാലം ചലിക്കാത്ത ഇരുട്ടിൽ കിടന്ന് അവർ വീർപ്പുമുട്ടട്ടെ. അത് ഒരശരീരിയായിരുന്നു.

മാസ്റ്റർ എഴുന്നേറ്റു.

ജാലകത്തിനരികിൽ ചെന്നുനിന്ന് ഏറെനേരം ഓട്ടുമണിയിലേക്കു നോക്കി. ആ ഓട്ടുമണി സ്ഥാപിക്കുമ്പോൾ അതിന്റെ മൗനത്തിന് ഇങ്ങനെയൊരു സാദ്ധ്യതയുണ്ടെന്ന് കരുതിയിരുന്നില്ല.

പിറ്റേന്നു വൃദ്ധനെ വിളിച്ച് മാസ്റ്റർ കൽപന നൽകി:

"ഇനി ഒരറിയിപ്പുണ്ടാകുന്നതുവരെ മണിയടിക്കണ്ട!"

അങ്ങനെ കുട്ടികളുടെ ജീവിതത്തിലേക്ക് നീണ്ട രാത്രി കടന്നുവന്നു.

Gopi

പതിനാറ്

മണിയടിക്കുന്നില്ലെന്ന് ആദ്യം കുട്ടികൾ അറിഞ്ഞില്ല. അവരതു ശ്രദ്ധിച്ചില്ല എന്നതാണ് സത്യം.

പതുക്കെപ്പതുക്കെ മാരകമായ ആ യാഥാർത്ഥ്യം അറിഞ്ഞപ്പോഴേക്കും ഇരുട്ടിന്റെ കമ്പളം വന്നു മൂടി നിശ്ചലമായ കാലത്തിന്റെ തടവിൽ അവർ അകപ്പെട്ടുകഴിഞ്ഞിരുന്നു.

ആ അസ്വസ്ഥതയിൽ അവർ വീർപ്പുമുട്ടി. അതിന്റെ പാരമ്യത്തിൽ മൂത്രമൊഴിക്കാനോ മറയ്ക്കിരിക്കാനോ കഴിയാതെ നവദ്വാരങ്ങളും അടയ്ക്കപ്പെട്ട മനുഷ്യാവസ്ഥയുടെ വിങ്ങലിൽ അവർ പിടഞ്ഞു.

ചിലർ പരസ്പരം മാന്തിക്കീറി.

ചിലർ വസ്ത്രങ്ങൾ ഉരിഞ്ഞെറിഞ്ഞു.

എല്ലാവിപത്തുകൾക്കും തിരികൊളുത്തിയത് താനാണെന്ന അറിവ് യോഹന്നാന്റെ കൂനിന്മേൽ ചമ്മട്ടിയായി ആഞ്ഞുപതിച്ചു. ബലൂൺപോലെ വീർക്കുന്ന ശരീരങ്ങൾ പൊട്ടിപ്പോകുമെന്ന് അവൻ ഭീതിപ്പെട്ടു. ഒരാളെങ്കിലും പിടഞ്ഞുമരിച്ചാൽ കൊടുംപാപം ചെയ്ത ആത്മാവായി എവിടെയും അഭയമില്ലാതെ അലഞ്ഞുനടക്കേണ്ടിവരുമെന്ന് അവൻ കരുതി.

കാലം വീണ്ടും ഉരുകിയൊലിച്ചില്ലെങ്കിൽ എനിക്കെന്തു സാംഗത്യം?

പന്ത്രണ്ടാം മണിക്കൂറിന്റെ മുനമ്പിലാണ് നിൽക്കുന്നത്. താഴെ നരകത്തിന്റെ അഗാധതയാണ്. അവിടെ മാംസഭോജികൾ വിശന്നുനടക്കുന്നു. അവിടേക്ക് ഒരു ജനതയെ തള്ളിവിടാനാണോ ഞാൻ അവതരിച്ചത്?

അപ്പോൾ ഒരു വെളിപാടിന്റെ ഉണർവ് യോഹന്നാന്റെ ഞരമ്പുകളിലൂടെ പടർന്നു. ഏറെ പ്രയാസപ്പെട്ട് തന്റെ ഭാരിച്ച ശരീരം വലിച്ചിഴച്ച് തളർന്നുവീണവരുടെ നെഞ്ചിലൂടെ യോഹന്നാൻ തടവറയിൽനിന്നു പുറത്തുകടന്നു.

എങ്ങും ഇരുട്ടിന്റെ കാളിന്ദിയായിരുന്നു. അതിന്റെ അലകളിലൂടെ തുഴഞ്ഞ് ഒടുവിൽ യോഹന്നാൻ സ്തൂപത്തിനരികിലെത്തി.

പടവുകൾ കയറിച്ചെന്നപ്പോഴാണ് യോഹന്നാൻ തന്റെ കൂനിനെക്കുറിച്ചോർത്തത്.

കൂനനായ ഞാനെങ്ങനെ നിവർന്നുനിൽക്കും?

എങ്ങനെ മണിയുടെ നാവിൽ തൂങ്ങുന്ന ചരടിൽ പിടിമുറുക്കും?

അപ്പോൾ യോഹന്നാന്റെ തലയ്ക്കു മുകളിൽ നക്ഷത്രം തെളിഞ്ഞു. അതിന്റെ പ്രകാശത്തിൽ അവനെല്ലാം വെളിവായി. അവൻ ആ നക്ഷത്രത്തെ ഉറ്റുനോക്കി. അതിനുള്ളിൽ അവൻ ചിരിക്കുന്ന മുഖം കണ്ടു.

പാൽക്കഞ്ഞി കുടിച്ച് വയറുന്തി മരിച്ച ആണ്ടിക്കുട്ടിയുടെ മുഖം യോഹന്നാൻ തിരിച്ചറിഞ്ഞു. അവൻ ആ രക്തസാക്ഷിക്കുനേരെ കൈയുയർത്തി. ആരോ തന്നെ പിടിച്ചെഴുന്നേൽപ്പിക്കുകയാണെന്ന് ആ നിമിഷം അവനു തോന്നി.

പിന്നെ, നെഞ്ചുയർത്തുമ്പോൾ തന്റെ കൂന് പൊഴിഞ്ഞുപോയതായി യോഹന്നാനറിഞ്ഞു. ആകാശം തൊടുന്ന മനുഷ്യനായി അവൻ നിവർന്നുനിന്നു. അവന്റെ ബാഹുക്കൾക്ക് കീഴടങ്ങാത്തതായി ഒന്നുമില്ലായിരുന്നു. അവൻ ഒരു ജനതയുടെ യഥാർത്ഥ വിമോചകനായിക്കഴിഞ്ഞിരുന്നു.

ഇതാ കാലം വീണ്ടും ചലിക്കുകയാണ്.

യോഹന്നാന്റെ വാക്കുകൾ ഇടിമുഴക്കമായി. അവൻ ഓട്ടുമണിയുടെ ചരട് ആഞ്ഞാഞ്ഞുവലിച്ചു.

വിമോചനത്തിന്റെ മണി മുഴങ്ങിയതും ഭയാനകമായ ശബ്ദത്തോടെ ഇരുട്ടിന്റെ പാളികൾ പൊഴിഞ്ഞുവീണു.

ശരീത്തിൽ ബന്ധിക്കപ്പെട്ട വാതായനങ്ങൾ തുറന്നതും തടവിന്റെ ഭാരം മുഴുവൻ മൂത്രമായി അവർ കിടന്നിടത്ത് ഒഴുകിപ്പരന്നു. ആ തണുപ്പിലേക്ക് മണിമുഴക്കം കേട്ടുണരുമ്പോൾ അവർക്ക് ശരീരം ചലിപ്പിക്കാമെന്നായി. കൺമുമ്പിൽ വെളിച്ചം പരന്നുകഴിഞ്ഞിരുന്നു.

ഉന്മത്തമായ ആഹ്ലാദത്തോടെ കുട്ടികൾ മണിയൊച്ച ശ്രവിച്ചു. പിന്നെ, ആർത്തുവിളിച്ച് അവർ തടവറയിൽനിന്നു പുറത്തുകടന്നു.

നേർത്ത വെയിലിൽ; മഞ്ഞിൻതുള്ളികളുടെ വൈഡൂര്യം ചൂടിയ കറുകപ്പുല്ലുകളുടെ പച്ചവരമ്പിലൂടെ കുട്ടികൾ അവരുടെ പ്രകൃതിയുടെ സ്വാതന്ത്ര്യത്തിലേക്ക് ഓടാൻ തുടങ്ങി.

അനുബന്ധം

പ്രതിരോധത്തിന്റെ സാമൂഹ്യപാഠം

ആലങ്കോട് ലീലാകൃഷ്ണൻ

മനുഷ്യസമൂഹത്തിന്റെ നൈസർഗികമായ സ്വാതന്ത്ര്യ പ്രചോദനങ്ങളെ അവയുടെ പ്രഭവകേന്ദ്രങ്ങളിൽ തന്നെ ചങ്ങലയ്ക്കിടാനുള്ള തന്ത്രങ്ങൾ അധികാരസ്വരൂപത്തിന്റെ ഏറ്റവും ഫലപ്രദമായ കണ്ടുപിടുത്തമാണ്. ഈ ഫലപ്രാപ്തിക്കുവേണ്ടി പ്രകൃതിയും മനുഷ്യനും തമ്മിലുള്ള ജൈവബന്ധത്തിന്റെ അദൃശ്യമായ നാഭീനാളം മുറിച്ചു കളയുകയാണ് അധികാരത്തിന്റെ മെഷിനറി ചെയ്യുന്നത്. മാനവരാശിയുടെ ജൈവപരമായ നിലനില്പിനെത്തന്നെ മാരകമാവുംവിധം അപകടപ്പെടുത്തുന്ന ഈയൊരവസ്ഥ വർഗസംഘട്ടനത്തിന്റെ മറ്റെല്ലാ അടിസ്ഥാന പ്രമാണങ്ങളെയും അസാധുവാക്കുന്നു. അവിശുദ്ധ ബന്ധങ്ങളിലൂടെ ഐകമത്യം സ്ഥാപിച്ചെടുക്കുന്ന എല്ലാ പ്രതിലോമശക്തികൾക്കും അപ്പോൾ സുഗമമായി അധികാരം കയ്യാളാനുള്ള അന്തരീക്ഷം കൈവരികയും ചെയ്യുന്നു. തങ്ങളുടെ ഹ്രസ്വമായ അധികാരകാലത്തിനപ്പുറത്തേക്ക് ലോകം തന്നെ നിലനില്ക്കേണ്ടതില്ലെന്നുള്ള ക്രൂരമായൊരു നിശ്ചയത്തിലേക്കാണ് ആത്യന്തികമായി ഈ അധികാരശക്തികൾ യാത്ര ചെയ്തെത്തുന്നത്.

ഇവിടെയാണ് വിമോചനത്തിന്റെ എല്ലാ പ്രത്യയശാസ്ത്രങ്ങളും പരാജയപ്പെടുന്നതും. നിക്ഷിപ്ത താല്പര്യങ്ങൾമാത്രം വച്ചുപുലർത്തുന്ന പ്രതിലോമശക്തികൾ വിമോചനപ്രസ്ഥാനങ്ങൾക്കകത്തു തന്നെ ശക്തിപ്പെട്ടുവരികയും പ്രസ്ഥാനങ്ങൾ സ്വയമറിയാതെ പാളം മാറിപ്പോവുകയും ചെയ്യുന്നു. സർവനാശത്തിന്റെ വക്കോളമെത്തിനിൽക്കുന്ന ഈ പുരോയാനത്തെ പ്രതിരോധിക്കുവാനുള്ള പാഠങ്ങൾ പ്രകൃതിതന്നെ പറഞ്ഞുതരേണ്ടതാണെന്നു തിരിച്ചറിയുമ്പോഴേക്കും ഒടുവിലത്തെ മണിക്കൂർ വന്നെത്തുകയും ചെയ്യുന്നു.

ഈയൊരു പ്രവാചകപാഠത്തിന്റെ സർഗാത്മകമായൊരു ആഖ്യാനമാണ് പി. സുരേന്ദ്രന്റെ 'സാമൂഹ്യപാഠം' എന്ന കൊച്ചുനോവൽ.

മനുഷ്യന് സർവനാശവും ഭൂമിക്ക് ചരമഗീതവും നേർന്ന്, തനിക്കൊന്നും ചെയ്യാനില്ലെന്ന മട്ടിൽ മാറിനിൽക്കുവാൻ മനുഷ്യസ്നേഹിയായ ഈ കഥാകാരന് കഴിയുന്നില്ല. അന്യാപദേശസ്വഭാവമുള്ള ഒരു കഥയിലൂടെ അദ്ദേഹം സമർത്ഥമായി മനുഷ്യന് പ്രതിരോധത്തിന്റെ പ്രകൃതിപാഠങ്ങൾ ചൊല്ലിത്തരികയാണ്.

കർമ്മംകൊണ്ട് അധ്യാപകനായ സുരേന്ദ്രൻ, താൻകൂടി ഉൾപ്പെട്ടിരിക്കുന്ന ഒരു അധികാരബന്ധശൃംഖലയെ പ്രതിക്കൂട്ടിൽ നിർത്തി ക്രൂരമായി ചോദ്യം ചെയ്യുകയാണ് ഈ നോവലിൽ.

ഇവിടെ മാസ്റ്റർ സമഗ്രാധിപത്യത്തിന്റെ ഏജന്റാണ്. 'ഈ സമഗ്രാധിപത്യം സോഷ്യലിസത്തിന്റേതോ സാമ്രാജ്യത്വത്തിന്റേതോ ആവാം. രണ്ടിടത്തേക്കും മുനയുള്ള ഒരാഖ്യാനതന്ത്രമാണ് നോവലിസ്റ്റ് ഉപയോഗിച്ചിരിക്കുന്നത്.' പ്രകൃതിയുമായുള്ള പ്രണയബന്ധം വിശുദ്ധമായൊരു അനുഷ്ഠാനമായി കാത്തുസൂക്ഷിക്കുന്ന ഒരു പ്രാക്തനഗോത്രത്തിന്റെ സന്തതികളാണ് ഈ പാഠശാലയിലെ വിദ്യാർത്ഥികൾ. അവർക്ക് പ്രകൃതിയുടെ ഭാഷ അറിയാം. അരിപ്രാവിന്റെ കുറുകലും വേഴാമ്പലിന്റെ കരച്ചിലും അണ്ണാന്റെ ചിലയ്ക്കലുമൊക്കെ സ്വന്തം ഭാഷയാക്കിയവരാണവർ. പൂച്ചകളെയും കിളികളേയും പൂക്കളേയും കാറ്റിനെയും മരങ്ങളെയുമൊക്കെ കളിച്ചങ്ങാതിമാരാക്കി, സമയത്തെക്കറിച്ചുള്ള യാതൊരു വ്യാകുലതകളുമില്ലാതെ, അതിരുകളില്ലാത്ത പ്രകൃതിയുടെ ലോകത്തിൽ പറന്നുനടക്കുകയായിരുന്നു കുട്ടികൾ. അവിടെയാണ് രാജ്യം ഭരിക്കുന്ന നേതാജിയുടെ അധികാരത്തിന്റെ പാഠശാല സ്ഥാപിതമാവുന്നത്. കീഴാളക്കുട്ടികളുടെ അറിവിന്റെ അറകളിൽനിന്ന് മണ്ണിന്റെ വീര്യം ചോർത്തിയെടുത്ത്, പകരം തന്റെ ആശയങ്ങൾ നിറച്ച്, അനുസരണയുള്ള പൗരൻമാരാക്കി ആദ്യംമുതലേ വളർത്തിയെടുക്കുവാനാണ് നേതാജി നാടൊട്ടുക്കും സ്കൂളുകൾ സ്ഥാപിച്ചത്. അതുവഴി ഭാവിയിൽ തനിക്ക് ഭീഷണി ആയേക്കാവുന്ന കീഴാളരുടെ കലാപങ്ങൾ എന്നെന്നേക്കുമായി വേരറ്റുപോകുമെന്ന് നേതാജി കണക്കുകൂട്ടി. സ്വാതന്ത്ര്യത്തിന്റെ ഹരിതവിശാലതയിൽനിന്ന് അധികാരത്തിന്റെ ഇരുണ്ട ഇടനാഴികളിലേക്ക് പ്രകൃതിയുടെ കൂട്ടികൾ പറിച്ചുമാറ്റപ്പെട്ടു.

നേതാജിയുടെ ഏജന്റായ മാസ്റ്റർ നിരവധി മർദ്ദനോപാധികളിലൂടെ കുട്ടികളെ ഭരണവർഗത്തിന്റ സാമൂഹ്യപാഠം പഠിപ്പിക്കാനും അവരെ അനുസരണയുള്ള അടിമകളാക്കി മാറ്റിയെടുക്കുവാനും ശ്രമിക്കുകയാണ്. പക്ഷേ, പ്രകൃതിയുടെ നൈസർഗ്ഗികമായ വീറും പ്രതിരോധശക്തിയുമുള്ള കുട്ടികൾ വഴങ്ങുന്നില്ല. അവരുടെ കണ്ണുകളിലെ പൊള്ളിക്കുന്ന വെളിച്ചം കെടുത്തുമെന്നും പ്രതിജ്ഞയെടുത്ത മാസ്റ്റർ അധികാരത്തിന്റെ മർദ്ദനോപാധികൾ ഓരോന്നായി പ്രയോഗിക്കുന്നു.

ചോദ്യം ചെയ്യുന്നവരെയും കീഴാളരെയും ഒതുക്കുവാനും നേതാജിയുടെ ക്ഷേമരാഷ്ട്രം (??) സ്ഥാപിക്കുവാനുമുള്ള വിശദമായ മാർഗ്ഗരേഖകൾ നൽകുന്ന വിശുദ്ധഗ്രന്ഥമാണ് മാസ്റ്റർക്ക് പ്രമാണമാകുന്നത്. കുട്ടികളെ സമയത്തിന്റെ ചട്ടക്കൂടിൽ ബന്ധിച്ചു നിറുത്തുന്ന ഓട്ടുമണി, ചൂരൽ, ദേശീയ ചിഹ്നമായ അഭയമുദ്ര, കാവിവസ്ത്രമണിഞ്ഞ സ്വാമി, ആഭിചാരത്തിന്റെ മഷികുത്തുന്ന നാടോടി, ഏഴുകടലുകൾക്കപ്പുറത്തെ ചക്രവർത്തി അയച്ചുകൊടുക്കുന്ന മയക്കുമരുന്നു ചേർത്ത പാൽപ്പൊടി തുടങ്ങി എല്ലാം മർദ്ദനോപകരണങ്ങായി മാറുകയാണ്. കുട്ടികളുടെ സ്വപ്നങ്ങളെയെല്ലാം മാസ്റ്റർ കണ്ടുകെട്ടുന്നു. പക്ഷേ, അവിടെയൊക്കെയും കുട്ടികളുടെ രക്ഷകനായി യോഹന്നാൻ എന്ന കൂനനായ കുട്ടി മാസ്റ്റർക്കുമുന്നിൽ വെല്ലുവിളിയായി നിന്നു. ഓരോ വിപൽഘട്ടത്തിലും യോഹന്നാൻ പ്രകൃതിയിൽനിന്ന് പ്രതിരോധത്തിന്റെ പുതിയ മാർഗങ്ങൾ കണ്ടെത്തി. സ്വന്തം വിസർജ്ജ്യത്തിലൂടെ പ്രതിഷേധമറിയിച്ച കണ്ണൻകുട്ടി മയക്കുമരുന്നു ചേർത്ത പാൽക്കഞ്ഞി കഴിച്ച് രക്തസാക്ഷിയായെങ്കിലും പച്ചകുത്തുമഷിയുടെ ആഭിചാരശക്തിയുള്ള അല്ലത്തെപ്പോലും പച്ചമരുന്നിന്റെ പ്രതിരോധശക്തിയാൽ കുട്ടികളുടെ രക്തം പുറംതള്ളിയപ്പോൾ തോറ്റുപോയത് മാസ്റ്റർ തന്നെയായിരുന്നു.

ഒടുവിൽ ഓട്ടുമണി നിശ്ചലമാക്കുന്നതിലൂടെ മാസ്റ്റർ കീഴാളക്കുട്ടികളുടെ സമയബോധം നഷ്ടപ്പെടുത്തുകയും അവരെ നിശ്ചലകാലത്തിന്റെ തടവറയിൽ ബന്ധിക്കുകയും ചെയ്യുന്നു. പക്ഷേ, അവിടെയും കൂനനായ യോഹന്നാൻ രക്ഷകനാവുകയാണ്. ദൂരെ ആകാശത്തിൽ രക്തസാക്ഷിയായ കണ്ണൻകുട്ടിയെ ഒരു നക്ഷത്രമായി യോഹന്നാൻ തിരിച്ചറിയുമ്പോൾ അവന്റെ ജന്മപീഡനങ്ങളുടെ കൂന് താനേ പൊഴിഞ്ഞുപോവുകയും സമയസ്തൂപത്തിന്റെ മുകളിൽ കയറിനിന്ന് അവൻ പുതിയൊരു താളക്രമത്തിൽ മണിയടിക്കാൻ തുടങ്ങുകയും ചെയ്യുന്നു. അതോടെ പ്രകൃതിയിലേക്ക് തുറക്കുന്ന പുതിയൊരു കാലപ്രവാഹമാരംഭിക്കുകയും കുട്ടികൾ ആ വിശാലസ്വാതന്ത്ര്യത്തിലേക്ക് ഓടിയിറങ്ങുകയും ചെയ്യുമ്പോൾ 'സാമൂഹ്യപാഠം' അവസാനിക്കുന്നു.

കാലപ്രവാഹത്തെ നിശ്ചലമാക്കുന്നതിന്റെ ആഖ്യാനം വിരുദ്ധോക്തികൾമൂലം തീർത്തും യുക്തിസഹമാവാതെ പോയതും അലിഗറി സ്വഭാവമുള്ള രചനാരീതി ചിലയിടത്തെങ്കിലും അലോസരമുണ്ടാക്കുന്നതുമൊക്കെ ഈ നോവലിന്റെ ന്യൂനതകളായി ചൂണ്ടിക്കാണിക്കാം. എങ്കിലും ഉദ്ദേശ്യശുദ്ധിയാൽ മാപ്പു നൽകാവുന്നവയാണ് ആ ന്യൂനതകൾ.

അനുബന്ധം

തിന്മയുടെ രഹസ്യതന്ത്രങ്ങൾ

കെ.പി. രമേഷ്

'മഹായാന'ത്തിൽനിന്നും 'സാമൂഹ്യപാഠ'ത്തിൽ എത്തുമ്പോഴാണ് സുരേന്ദ്രന്റെ രാഷ്ട്രീയാവബോധം കൂടുതൽ പ്രഭാപൂർണമാകുന്നത്. രണ്ടാമത്തെ നോവൽ, ഒരർത്ഥത്തിൽ ഇവാൻ ഇലിച്ച് പറയുന്ന De-schooling-ന്റെയും അധികാരവ്യസനങ്ങളുടേയും ചർച്ചയാണ്. അധികാരവുമായി ബന്ധപ്പെട്ട ഏതാണ്ട് എല്ലാ കാര്യങ്ങളും ജനങ്ങളുമായി അഥവാ പീഢിതരുമായി സമ്പർക്കം പുലർത്തുന്നുവെന്നത് സ്വാഭാവികമാണ്. മൂല്യങ്ങൾ, ആശയങ്ങൾ, വാക്കുകൾ എന്നിവയുടെ വിനിമയോപാധി എന്ന നിലയിൽ സൂക്ഷിക്കപ്പെടുന്ന ഭാഷയും അതു ധ്വനിപ്പിക്കുന്നു. ആധുനികകാലയളവിലെ നൃശംസതകൾ, മനുഷ്യന്റെ മാനസികപുരോഗതിയുമായി ബന്ധപ്പെട്ട് അതിനെ തികച്ചും ദുർബലമാക്കുന്നുണ്ടല്ലോ. 'സാമൂഹ്യപാഠം' എന്ന നോവലിൽ സുരേന്ദ്രൻ ഒരു വിദ്യാലയത്തിന്റെ ചുറ്റുപാടുകൾ വിവരിക്കുമ്പോൾ, കേവലമായ സത്യത്തെയല്ല സ്പർശിക്കുന്നത്. നേരെമറിച്ച്, നമ്മുടെ രഹസ്യാനുഭൂതികളെപ്പോലും വേട്ടയാടാൻപോന്ന ഒരു കായബലം അത് ഉൾക്കൊള്ളുന്നുണ്ട്.

ഈ കൃതിയിലെ വിദ്യാലയം സവിശേഷസ്വഭാവമുള്ളതാണ്. വിദ്യയുടെ കേദാരമല്ല അത്. പകരം, നമ്മുടെ കാലയളവിലെ അധികാരതന്ത്രങ്ങളുടെ സുന്ദരമായ കാരാഗൃഹങ്ങളാണവ. അവിടെ മാനസികവളർച്ചയ്ക്കുപകരം തെഴുത്തുനിൽക്കുന്നത്, അടിമത്തത്തിലേക്ക് ഉന്മുഖമായിക്കൊണ്ടിരിക്കുന്ന ചേതനയാണ്. മാനവചരിത്രത്തിൽ വിദ്യാലയങ്ങൾക്കുള്ള സ്ഥാനമെന്തെന്നു നമുക്കറിയാം. എന്നാൽ, മാനവികനന്മയ്ക്കുവേണ്ടി പൂവിടേണ്ട ഒരു സംസ്കാരം, ആധുനികസാങ്കേതികതയുടേയും അതിനു കൂട്ടുനിൽക്കുന്ന അധികാരത്തിന്റെ കരാളത

യുടേയും പിടിയിലമർന്ന്, വിടരുംമുമ്പേ കൊഴിയുന്നതിന്റെ ചിത്രമാണ് നമുക്കു കാണാൻ കഴിയുന്നത്. അധികാരത്തിന്റെ തുറുകണ്ണുകൾ വിദ്യാലയമെന്ന ഈറ്റില്ലത്തിൽത്തന്നെ പതിക്കുന്നതിനു പിന്നിൽ പ്രത്യക്ഷത്തിൽ ദുരന്തമെന്നു തോന്നിക്കാത്തതും, എന്നാൽ തന്ത്രപരവുമായ ഒരു സമീപനം കൈക്കൊണ്ടിരിക്കുന്നു.

ഈ നോവലിന്റെ ഭൂമിക വളരെ ചെറുതാണ്. പക്ഷേ, അതിലടങ്ങിയിരിക്കുന്ന തിന്മയുടെ രഹസ്യസത്രത്തിന് ഏറെ വ്യാപ്തിയുണ്ട്. കീഴാളക്കുട്ടികൾ പഠിക്കുന്ന ഒരു സാധാരണ വിദ്യാലയത്തെക്കുറിച്ചു തന്നെയാണ് നോവലിസ്റ്റ് വിവരിക്കുന്നത്. അതോടൊപ്പം, ഒരു സാധാരണ വിദ്യാലയത്തിൽ നടക്കുന്ന സംഭവങ്ങളുടെ സമാന്തരപശ്ചാത്തലവും ആവിഷ്കൃതമാകുന്നു. ആവിഷ്ക്കാരത്തിന്റെ രൂപത്തിലുള്ള ഈ ആശയപരിഭാഷ നോവലിന്റെ ഘടനയിലും സ്വഭാവത്തിലും വ്യതിയാനം സൃഷ്ടിക്കുന്നു. ഭാഷയുടെ സാമാന്യവും നിയതവുമായ തലം, ഒട്ടേറെ ബാഹ്യസമ്മർദ്ദങ്ങളുടെ കരുണാരഹിതമായ സ്പർശനമേറ്റ് നോവലിൽ പുതിയ ഭാവതലം ഒരുക്കുന്നു.

അധികാരവും അതിന്റെ അധീശഭാവവും ജനങ്ങളുമായി ഇടപഴകുന്നതിന്റെ പ്രതീകമെന്ന നിലയിലാണ് 'സാമൂഹ്യപാഠ'ത്തിലെ വിദ്യാലയത്തിന് പ്രസക്തി ഏറുന്നത്. വിദ്യാഭ്യാസസമ്പ്രദായത്തിൽ പതിയിരിക്കുന്ന ആക്രോശങ്ങൾ നമ്മെ പതുക്കെപ്പതുക്കെ കിടിലംകൊള്ളിക്കുന്നത് നാം പാരായണവേളയിൽ അനുഭവിക്കുന്നു. എന്നാൽ നോവലിന്റെ പൂർത്തീകരണത്തിൽ ഒരു കഥാർസിസ് സംഭവിക്കുന്നുണ്ട്. നിശ്ചലതയാർന്ന ഒരു കാലത്തിൽ നോവലിന്റെ കേന്ദ്രഘടകത്തെ പിടിച്ചുനിർത്തിക്കൊണ്ടാണ് പി. സുരേന്ദ്രൻ ആഖ്യാനം ചെയ്യുന്നത്. നീരറ്റ ബാല്യകൗമാരങ്ങൾ ആ കാലഘടനയിൽ സ്വയം അറിയാതെ ചെന്നുപെടുന്നു. എന്തുകൊണ്ടെന്നറിയില്ല, അധികാരവുമായി ബന്ധപ്പെട്ടുനിൽക്കുന്ന കലാസൃഷ്ടികളിൽ നിശ്ചലതയാർന്ന കാലത്തെയാണ് എഴുത്തുകാർ ഉപയോഗിക്കുന്നത്. സ്വാതന്ത്ര്യം എന്നത് ചലനാത്മകത ആയതുകൊണ്ടാവാം ഈ നോവലിന്റെ ഒടുവിൽ, കാലം പെട്ടെന്ന് അതിന്റെ നിശ്ചലഘടനയെ തകർത്തുകൊണ്ട് ചലനസ്വഭാവിയായി പരിണമിക്കുന്നത്.

ശബ്ദഘടികാരം, അഭയമുദ്ര, മാർബിൾഫലകത്തിലെ സൂക്തം - ഇവ സമയത്തിന്റെ ചിഹ്നങ്ങളാണ്. കാലത്തെക്കുറിച്ചുള്ള ഒരു നിതാന്തജാഗ്രത പുലർത്തുവാൻ നോവലിസ്റ്റിനു കഴിഞ്ഞിട്ടുണ്ടെന്ന് ഇത് ഉദാഹരിക്കുന്നു. ആ കുഞ്ഞുങ്ങളുടെ ജീവിതത്തിന്റെ-വിദ്യാലയവു

മായി ബന്ധപ്പെട്ട നിമിഷങ്ങളുടെ-ചിത്രീകരണത്തിലൂടെ കാലപ്രവാഹത്തിന്റെ ലളിതവും സുപ്രധാനവുമായ മൂന്നു വശങ്ങൾ നമുക്കു കാണാം. 1. ബാല്യത്തിന്റെ നിഷ്ക്കളങ്കത നൽകുന്ന സ്വാതന്ത്ര്യകാലം, 2. വിദ്യാലയത്തിന്റെ തന്ത്രപരതയിൽ കുടുങ്ങിക്കൊണ്ട് തങ്ങളുടെ സ്വത്വത്തെയും പ്രജ്ഞയെയും മുരടിപ്പിക്കുന്ന പീഡനകാലം, 3. പാരതന്ത്ര്യത്തിന്റെ ഭീഷണാവസ്ഥയ്ക്കുനേരെയുള്ള നിശിതമായ മുഖവേട്ട അവതരിപ്പിക്കുന്ന സ്വാതന്ത്ര്യത്തിന്റെ വീണ്ടെടുപ്പുകാലം. അധികാരത്തിന്റെ ദുരവസ്ഥയ്ക്കെതിരെ പോരാടാനുള്ള പ്രജ്ഞപോലും ആ കീഴാളക്കുട്ടികൾക്കു നഷ്ടപ്പെടുന്ന വിധത്തിൽ വിദ്യാലയത്തിലെ ഒരു അനുഷ്ഠാനമെന്നോണം നടക്കുന്ന ഉച്ചക്കഞ്ഞിവിതരണത്തിലൂടെ, അധികാരത്തിന്റെ ദുർമ്മുഖങ്ങൾ പുതിയ മാർഗ്ഗം തേടുകയാണ്. നമ്മുടെ സമകാലികജീവിതത്തിന്റെ ക്രൂരമായ മുഖമാണത്. ഒരു നവ ഫാഷിസത്തിന്റെ മുഴക്കങ്ങളാണ് അവിടെ ഉയരുന്നത്.

നോവലിന്റെ ആരംഭവേളയിൽ, അധികാരത്തിന്റെ ഇരുണ്ട മുഖത്തെക്കുറിച്ചോ അതിന്റെ ഹിംസാത്മകതയെക്കുറിച്ചോ നാം അറിയുന്നില്ല. നാഗരികതയുടെ കരവലയത്തിലൊതുങ്ങാത്ത ഒരു ഗ്രാമീണതയുടെ കിളിക്കൊഞ്ചലുകൾ നാം ശ്രവിക്കുന്നു. "അവരുടേത് വിക്കലും കൊഞ്ചലും മാറാത്ത ഭാഷയാണ്. അവരുടെ നാവിനു വഴങ്ങുന്നത് വളരെ കുറച്ച് ഉച്ചാരണങ്ങൾമാത്രം. അവയുടെ നിരന്തരമായ ആവർത്തനത്തിലൂടെ അവർ ജീവിതവും സ്വപ്നവും പങ്കുവെച്ചു" എന്ന വരികൾ നോക്കുക. ശാലീനതയിൽനിന്ന് കാപട്യത്തിന്റെയും അധികാരത്തിന്റെയും നാഗരികതയിലേക്ക് ഒരു ജനത വന്നെത്തുന്നത് എങ്ങനെയാണെന്ന് ഇതു കാണിച്ചുതരുന്നു. നിഷ്ക്കളങ്കമായ ബാല്യത്തിന്റെ കതിർമ്മയെ ചിത്രീകരിക്കുന്നതിലൂടെ, സ്വാതന്ത്ര്യത്തിന്റെ വിലയെന്തെന്ന് പി. സുരേന്ദ്രൻ ബോദ്ധ്യപ്പെടുത്തുന്നു.

അധികാരമെന്ന മർദ്ദനോപകരണത്തിന്റെ പ്രയോക്താവാണ് ഈ നോവലിലെ അദ്ധ്യാപകൻ. അടിച്ചമർത്തലിന്റെ തുടക്കമെങ്ങനെയെന്ന് ധ്വനിപ്പിക്കുന്നതു നോക്കുക: "ചെറിയതോതിൽ വേദനിപ്പിച്ച് ഓരോരുത്തരുടേയും പ്രതികരണങ്ങളുടെ അളവറിഞ്ഞു. ആരോടെന്നില്ലാതെ മാസ്റ്റർ പറഞ്ഞു: ഇവരുടെ കണ്ണിലെ പൊള്ളിക്കുന്ന വെളിച്ചം ഞാൻ കെടുത്തും." മുതുകിൽ വലിയ കൂനുള്ള യോഹന്നാന് ഒരു രക്ഷകന്റെ സ്ഥാനം നൽകിക്കൊണ്ട്, ആ കഥാപാത്രത്തെ നോവലിന്റെ വെളിമ്പുറങ്ങളിൽ അലയാൻ വിടുകയല്ല നോവലിസ്റ്റ് ചെയ്യുന്നത്. പകരം, അവനുചുറ്റും പ്രകൃതിയും സ്വപ്നവും നെയ്തുചേർത്തുകൊണ്ട്

യാഥാർത്ഥ്യത്തിലേക്കുള്ള കതകുകൾ തുറക്കുകയാണ്. ദുരിതങ്ങൾ യോഹന്നാനെ വലയം ചെയ്യുമ്പോഴൊക്കെയും, അതിനെ മറികടക്കാനുള്ള വഴി പ്രകൃതിതന്നെ അവനു പറഞ്ഞുകൊടുക്കുമ്പോൾ, സരളതയിൽനിന്നും സങ്കീർണ്ണതയിലേക്കു കഥ പെരുകുന്നു. പ്രകൃതിയും അധികാരക്കൈയേറ്റവും തമ്മിൽ പൊരുത്തപ്പെടാത്തതിന്റെ സത്യദർശനമാണത്. നെറ്റിയിൽ പച്ചകുത്തിയതിന്റെ വീര്യം കുറയ്ക്കാൻ കഴിവുള്ള ഒരു കാട്ടുവള്ളിയെപ്പറ്റി പ്രകൃതി യോഹന്നാന് മന്ത്രമോതിക്കൊടുക്കുന്നു. കുഞ്ഞുങ്ങളുടെ സ്വപ്നങ്ങൾ കവർന്നെടുക്കപ്പെട്ടപ്പോൾ, മയിൽപ്പീലിയായും മഞ്ചാടിക്കുരുവായും കിളിത്തൂവലായും മറ്റും ആ സ്വപ്നങ്ങളെ യോഹന്നാൻ സഹപാഠിക്കു തിരിച്ചുനൽകുന്നു. ഇതൊക്കെ ഒരു നാടോടിക്കഥയിൽ കാണപ്പെടാവുന്ന ഭാവാംശങ്ങളാണെങ്കിലും, പി. സുരേന്ദ്രന്റെ രചന ഒരു അന്യാപദേശകഥയുടെ ചെറിയ അർത്ഥതലത്തിലേക്ക് ചുരുങ്ങിപ്പോകുന്നില്ല.

പ്രകൃതിയുടെ വാത്സല്യമേറ്റു വളരുന്ന കുട്ടികൾക്ക് കിളികളും മരങ്ങളും പൂക്കളും മൃഗങ്ങളും അന്യമല്ലെന്ന് നോവലിൽ സൂചനയുണ്ട്. പ്രകൃതിസ്നേഹികളായ മുതിർന്നവരെ സംബന്ധിച്ചും ഇതു ശരിയാണല്ലോ? അപ്രാപ്യമായ ശബ്ദങ്ങളുടെ സംഗീതത്തിലേക്ക് ആ മരങ്ങളും കിളികളും മറ്റും അവരെ കൂട്ടിക്കൊണ്ടുപോയി എന്നും, അവയോട് നിരന്തരം സംസാരിച്ചാണ് അവരുടെ ഭാഷ രൂപംകൊണ്ടത് എന്നും മനസ്സിലാക്കാം. എന്നാൽ, കലർപ്പില്ലാത്ത ഗ്രാമീണശൈലി എങ്ങനെ തകിടം മറിയുന്നുവെന്ന് പൊടുന്നനെ കാണാം. "പ്രകൃതി ഇവരെ പഠിപ്പിച്ച ഭാഷ മാറ്റിയെടുക്കണം. പഠിക്കേണ്ട കാര്യങ്ങളൊക്കെ മറുലോകത്തുനിന്നാണ് വരുന്നത്. അതാണ് യഥാർത്ഥ അറിവുകൾ. ഒരു പുതിയ ഭാഷകൊണ്ടേ ആ അറിവുകളെ പ്രാപിക്കാൻ അവർക്കു കഴിയൂ. അപ്പോൾ മാത്രമേ ഇവർ നേതാജിയുടെ പ്രജകളാവൂ." – മൊഴികളുടേതായ ഈ വ്യതിയാനം ആ കുഞ്ഞുങ്ങളുടെ പ്രജ്ഞയ്ക്കു പറ്റിയ ആദ്യത്തെ പ്രഹരമാണ്. വാസ്തവത്തിൽ പ്രകൃതിക്കനുസൃതമായ പശ്ചാത്തലത്തിൽ മനുഷ്യനിൽ അധീശത്വം മുന്നേറുകയില്ല. പക്ഷേ, പല അധികാരവ്യവസ്ഥകൾക്കും ഈ പ്രകൃതിയെ മാറ്റേണ്ട കാര്യമില്ലല്ലോ! ഇത്തരമൊരു വേർതിരിവിൽ നിന്നാണ് മനുഷ്യനും പ്രകൃതിയും ഇരുചേരികളിൽ വസിക്കുന്നുവെന്ന് ബോദ്ധ്യപ്പെടുന്നത്. പ്രകൃതിയിന്മേലുള്ള അധികാരക്കൈയേറ്റങ്ങൾമൂലം ഉണ്ടാവുന്ന ദുരിതങ്ങൾക്ക് സാക്ഷി/ഇര മനുഷ്യൻതന്നെയാണ് എന്നത് പകൽപോലെ വെളിപ്പട്ട വസ്തുതയാണ്. അധികാരത്തിന്റെ കേന്ദ്രത്തിലേക്ക് മറ്റുള്ള

വരെ നിർബന്ധിച്ച് കൊണ്ടുവരുന്നതിലെ രാഷ്ട്രീയപരതയും ഇതു പോലെയാണ്. മറ്റൊരു ഭാഗം നോക്കുക: "എപ്പോഴു ഭൂമിയെ സ്പർശിച്ചു നടക്കാനായിരുന്നു അവർക്കിഷ്ടം. കല്ലുകോറിയ മുറിവ് അവർക്കു നൽകിയത് വേദനയല്ല. സുഖകരമായ ആലസ്യം മാത്രം. മഴക്കാലത്തും മഞ്ഞുകാലത്തും മാത്രമേ അവർ പായിൽ കിടക്കൂ. ചിര ട്ടയപ്പമുണ്ടാക്കാനായി മണ്ണു മാന്തിമാന്തി ആഴങ്ങളിലേക്കു പോകുക, ഇടവപ്പാതിക്കാലത്ത് പുഴ രൗദ്രയാവുമ്പോൾ അതിനു കുറുകേ നീന്തു ക, ഇടിമുഴക്കത്തിനൊപ്പം ഒച്ചവെക്കുക - അതായിരുന്നു അവരുടെ ജീവിതത്തിന്റെ താളം." - നിർമ്മലമായ ഈ ജൈവതാളം പെട്ടെന്ന് നിലച്ചുപോവുകയാണ് ചെയ്തത്.

സ്വച്ഛന്ദമായ ജീവിതം പ്രതിസന്ധിയിലകപ്പെട്ടുവെന്നും, കറുത്ത അണക്കെട്ടിൽ കാട്ടരുവി തടഞ്ഞുനിന്നുവെന്നും, അതോടെ അവരുടെ ജീവിതം താറുമാറായി എന്നും നാം വായിക്കുന്നു. കുട്ടികളുടേത് അതിർത്തികളില്ലാത്ത ലോകമായിരുന്നു എന്നെഴുതിയ നോവലിസ്റ്റ് പിന്നെ വിവരിക്കുന്നത്, കമ്പിവേലിക്കകത്തേക്കു വരിയിട്ടു നീങ്ങുന്ന കുഞ്ഞുങ്ങളെക്കുറിച്ചാണ്. തന്റെ അധികാരത്തിന്റെ നിരപ്പുകളെ എല്ലാ യിടത്തും വ്യാപിപ്പിക്കാൻ തയ്യാറായിവന്ന വെളുത്തമനുഷ്യൻ, അതി നുള്ള ഏറ്റവും സമർത്ഥമായ മാർഗ്ഗമായി കണ്ടത് വിദ്യാലയമെന്ന ആശ യമാണ്. വിചാരമുകുളങ്ങൾ പൊടിച്ചുതുടങ്ങുന്ന ആ അവസ്ഥ, അധീ ശത്വത്തിന്റെ പുതിയ ഋതുക്കളുടെ പശ്ചാത്തലത്തിലാവുമ്പോൾ അത് അധികാരഹർമ്മ്യത്തിനുനേർക്കുള്ള പ്രണാമമായിത്തീരുമെന്ന് അയാൾ നിനച്ചു. ഇങ്ങനെ, പ്രകൃതിവിരുദ്ധമായ ചെയ്തികളിലൂടെ സ്വാഭാവി കകാലത്തെ കീഴ്പ്പെടുത്തി, സ്വന്തം ശക്തിയുടെ മലങ്കാറ്റുകളെ കെട്ട ഴിച്ചുവിടുകയാണ് അയാൾ. കീഴാളക്കുട്ടികൾ പഠിക്കുന്ന വിദ്യാലയ ത്തിലെ അധ്യാപകനിലാണ് അധികാരത്തിന്റെ നാഗജിഹ്വകൾ വന്നെ ത്തുന്നത്. ആധുനിക സാമ്രാജ്യത്വത്തിന്റെ മുഖ്യോപകരണമായ മസ്തിഷ്കപ്രക്ഷാളനം ഇവിടെ അരങ്ങേറുന്നത് തികച്ചും നിർദ്ദോഷ മെന്നു തോന്നിപ്പിക്കുന്ന രീതികളിലൂടെയാണ്. സ്കൂളിലെ പാൽക്കഞ്ഞി കുടിക്കുന്നതുമൂലം പ്രജ്ഞയുടെ വെളിച്ചം അവരിൽ മന്ദീഭവിക്കുന്നു. ഈ നിമിഷങ്ങളിലൊക്കെയും സ്ഥലകാലങ്ങളെ തന്റെ രചനയിൽ സമന്വയിപ്പിച്ച് നോവലിസ്റ്റ് അധികാരത്തിന്റെ (അടിമത്ത ത്തിന്റെയും) വീരഗാഥയെ മുന്നോട്ടുനയിക്കുന്നു.

ക്ലാസ്സുമുറിയിലെ കൽത്തൂണിൽ, ഉള്ളനടിയിൽ സ്വസ്തിക ചിഹ്ന മുള്ള അഭയമുദ്രയുടെ വലിയ ചിത്രം തൂക്കിയിട്ടിരിക്കുന്നു. അത് രാജ്യ

ത്തിന്റെ ദേശീയചിഹ്നമാണെന്ന് മാസ്റ്റർ കുട്ടികളോടു പറഞ്ഞു. ഇതു വായിക്കുന്ന വായനക്കാരന്റെ മനസ്സിൽ ഹിറ്റ്ലറെക്കുറിച്ചും സ്വസ്തികയെക്കുറിച്ചുമുള്ള ഓർമ്മ ഒരു ദുഃസ്വപ്നദൃശ്യംപോലെ ഉയരുന്നു. പരമാധികാരത്തെക്കുറിച്ചുള്ള ഇത്തരം ആഴമേറിയ സൂചനകളിൽ ആശയസാഗരമുണ്ട്. ഇത് മറ്റൊരു രീതിയിൽ പറയാം. അഡോൾഫ് ഹിറ്റ്ലറെക്കുറിച്ചോ ഏകാധിപത്യത്തെക്കുറിച്ചോ നോവലിസ്റ്റ് ഒന്നും പറയുന്നില്ല. പക്ഷേ, ഈ കൃതിയിൽ ഉപയോഗിച്ചിരിക്കുന്ന ചില പദങ്ങൾക്കു പിറകിൽ ആ കിരാതവാഴ്ചയുടെ സ്മാരകചിഹ്നങ്ങൾ തിളങ്ങുന്നുണ്ട്. പദങ്ങൾകൊണ്ടു ധൂർത്തടിക്കുന്നതിനുപകരം അർത്ഥങ്ങളുടെ വേലിയേറ്റങ്ങൾ സൃഷ്ടിക്കുകയാണ് നോവലിസ്റ്റ് ചെയ്യുന്നത്.

"ഈ അഭയമുദ്രയാണ് നമ്മുടെ രാജ്യത്തെ രക്ഷിക്കുന്നത്. നിങ്ങൾ അനുസരണയുള്ളവരായാൽ ഈ അഭയമുദ്രയുടെ വിരലുകൾ നിങ്ങളെ തലോടി ഉറക്കിത്തരും. ഇല്ലെങ്കിൽ ഇത് രാക്ഷസന്റെ വിരലുകളായി മാറും.' എന്ന് നാം വായിക്കുന്നു. നാട്ടുഭാഷയുടെ തനിമയിൽനിന്നും കുട്ടികളെ നഗരഭാഷയുടെ തീവ്രവ്യസനങ്ങളിലേക്കു കൊണ്ടുചെല്ലുന്ന ആ അധ്യാപകൻ, ക്രൂരതയുടേതായ ഒരു ഭൂതകാലത്തെ തന്റെ മനസ്സിൽ പേറുന്നവനാണ്. തിളങ്ങുന്ന ലോഹങ്ങൾകൊണ്ടു നിർമ്മിച്ച ഉപകരണങ്ങളുമായി അയാൾ കുട്ടികളുടെ നാവിനെ ഉച്ചാരണത്തിന്റെ നാഗരികതയിലേക്ക് തിരിച്ചുവിട്ടു. ക്രൂരമായ പ്രസ്തുതശിക്ഷണം, ഭാഷാപരിശീലനത്തിന്റെ മുന്നോടിയായാണ് എന്നാണ് അയാളുടെ വ്യാഖ്യാനം. വിശുദ്ധഗ്രന്ഥം കൊണ്ടുവരുന്ന സ്വാമിയും പച്ചകുത്തുന്ന നാടോടിയുമെല്ലാം അധികാരത്തിന്റെ കാവൽക്കാരാണ്. അനുസരണയെന്നത് വ്യവസ്ഥാപിതമായ ഒരു മനഃശാസ്ത്രപ്രശ്നമല്ലെന്ന് ആദ്യം തോന്നും. ഇത്തരം ദുരൂഹതകൾ ഓരോ അധീശസ്വഭാവത്തിലും ഒളിഞ്ഞിരിപ്പുണ്ട്. നന്മതിന്മകളെ സംബന്ധിച്ച് ഓരോ സ്റ്റേറ്റുനും അതിന്റേതായ അധീനതകളുണ്ടല്ലോ. അനുസരിപ്പിക്കാനുള്ള ഉപാധിയെന്ന നിലയിലുള്ള, കൂടിയതോ കുറഞ്ഞതോ ആയ, അധികാരനിയന്ത്രണോപകരണമാണ് അത്. "അവർ കരഞ്ഞില്ല. കാരണം, അവരപ്പോൾ കുട്ടികളായിരുന്നില്ല. പീഡനങ്ങൾ സഹിക്കാൻ പഠിച്ച ജനതയായിരുന്നു. ആരുടേയോ ആജ്ഞയാൽ സ്വന്തം വേരുപറിച്ച് മറ്റൊരു ഭൂപ്രദേശം തേടി യാത്രതിരിക്കുന്ന അഭയാർത്ഥികളായിരുന്നു." എന്ന വരികൾ നോക്കുക. വിദ്യാഭ്യാസം എന്നത് അധീശവർഗ്ഗത്തിന്റെ മർദ്ദനോപകരണമെന്ന നിലയിലാണ് അസ്തിത്വം തേടുന്നത്.

ഗ്രാമീണശൈലിയെ നെഞ്ചേറ്റിയിരുന്ന ആ കുഞ്ഞുങ്ങളുടെ നാവി

നെയും ചുണ്ടുകളേയും വളച്ചുവെച്ച്, ഉച്ചാരണം ശരിപ്പെടുത്താൻ എന്ന നാട്യത്തിൽ അദ്ധ്യാപകൻ തന്റെ കിരാതസ്വഭാവം പ്രകടിപ്പിക്കുമ്പോൾ സംഭവിക്കുന്നത് പ്രത്യക്ഷമായ ആക്രമണങ്ങളാണ്. ആധുനിക കാലയളവിലെ പഠിതാവിനെ (Learner)ക്കുറിച്ചും അധ്യാപകനെക്കുറിച്ചും സ്റ്റാൻലി മിൽഗ്രാം എഴുതിയത് ഓർമ്മ വരുന്നു. പുതിയ സമൂഹത്തിൽ ഒരദ്ധ്യാപകൻ തന്റെ ഉത്തരവാദിത്തം നിർവ്വഹിക്കുന്നതാണ് നാം ആ ഗ്രന്ഥത്തിൽനിന്നു വായിച്ചെടുക്കുന്നത്. മുൻകൂട്ടി തയ്യാറാക്കിയ ഒരു പട്ടിക പ്രദർശിപ്പിച്ചുകൊണ്ട് പഠിതാവ് ആ വാക്കുകൾ ഓർമ്മിച്ചുവയ്ക്കണമെന്ന് അയാൾ കൽപ്പിക്കുന്നു. ഓരോ പ്രാവശ്യവും ഒരു ജോടി വാക്കുകളെ തെരഞ്ഞെടുത്ത്, ആദ്യത്തെ വാക്കിനെപ്പറ്റി അദ്ധ്യാപകൻ സൂചന നൽകുന്നു. അതിനോടു ബന്ധപ്പെട്ട വാക്ക് ഏതാണെന്ന് വിദ്യാർത്ഥി പറയണം. വിദ്യാർത്ഥി പരാജയപ്പെടുകയാണെങ്കിൽ അഥവാ ഒരുത്തരവും നൽകുന്നില്ലെങ്കിൽ, അവന് വൈദ്യുതാഘാതം ശിക്ഷയായി ലഭിക്കും!

മുപ്പത് സ്വിച്ചുകളുടെ ഒരു നിര അദ്ധ്യാപകൻ ചൂണ്ടിക്കാണിക്കുന്നു. ‘സൗമ്യമായ സംക്ഷോഭം - 15 വോൾട്ട്’ എന്ന് ഒന്നാമത്തെ സ്വിച്ചിനരികെ രേഖപ്പെടുത്തിയിട്ടുണ്ട്. ‘അപകടകരമായ ആഘാതം - 450 വാൾട്ട്’ എന്ന് മുപ്പതാമത്തെ സ്വിച്ചിനരികിലും. ആ ആഘാതങ്ങൾ വളരെ വേദനാജനകമാണെങ്കിലും ഒരു നാശവും സൃഷ്ടിക്കുകയില്ലെന്ന് മറ്റൊരു വേളയിൽ വ്യാഖ്യാനിക്കപ്പെടുന്നു. കുതറിമാറാൻ കഴിയാത്ത നിലയിൽ ഒരു കസേരയിൽ ബന്ധിക്കപ്പെട്ടിരിക്കുന്ന വിദ്യാർത്ഥിയെ അയാൾ ശ്രദ്ധിക്കുന്നു. ആ കുഞ്ഞിന്റെ കണങ്കൈയിൽ ഇലക്ട്രോഡുകൾ ഘടിപ്പിച്ചിട്ടുണ്ട്. വൈദ്യുതിയാൽ ചെറിയ ചെറിയ ആഘാതങ്ങളേൽപ്പിച്ചുകൊണ്ട് അദ്ധ്യാപകൻ പഠനം തുടരുന്നു. മുൻകൂട്ടി നിശ്ചയിക്കപ്പെട്ടതുപോലെ, ആ വിദ്യാർത്ഥി തെറ്റുകൾ വരുത്തിക്കൊണ്ടിരിക്കുകയും ആഘാതത്തിന്റെ അളവ് വർദ്ധിക്കുകയും ചെയ്യുന്നു. എഴുപത്തഞ്ച് വോൾട്ട് അവനിലെത്തുമ്പോൾ, അവൻ നിലവിളിച്ചുതുടങ്ങുന്നു. നൂറു വോൾട്ടെത്തുമ്പോൾ, അവൻ അലറുന്നു. നൂറ്റമ്പതു വോൾട്ടെത്തുമ്പോൾ അവൻ എന്തിൽനിന്നോ വിമുക്തനാവുന്നതുപോലെ തോന്നിച്ചു. പിന്നീട് ഇരുന്നൂറ്റിയെൺപത്തഞ്ചു വോൾട്ട് എത്തുന്നതുവരെ അവൻ ആർത്തനാദം പുറപ്പെടുവിച്ചുകൊണ്ടിരിക്കുന്നു. ആ സമയത്ത്, അവൻ ഭ്രാന്തനായിത്തീരുകയും ഒരു ഉത്തരവും നൽകാതിരിക്കുകയും ചെയ്യുന്നു. അതേസമയം നാനൂറ്റിയമ്പതു വോൾട്ട് കടത്തിവിടാൻ പരീക്ഷകൻ ഉത്തരവിടുന്നു. കുട്ടി

ഭ്രാന്തമായി വിസമ്മതിക്കുമ്പോൾ പരീക്ഷകൻ പറയുന്നു: "നിന്റെ സഹകരണം ഈ പരീക്ഷണത്തിന് അത്യാവശ്യമാണ്.' അത് തുടരുമ്പോൾ പരീക്ഷകൻ പറയുന്നു: "നീ ഇത് തുടരേണ്ടത് അത്യന്താപേക്ഷിതം." ഒടുവിൽ അയാൾ പറഞ്ഞു: "നിനക്കു തെരഞ്ഞെടുക്കുവാൻ അവകാശമൊന്നുമില്ല. അനുസരിക്കുകമാത്രം."

കീഴടങ്ങുന്നവന്റെയും കീഴ്പ്പെടുത്തുന്നവന്റേയും സ്വരമാണ് സ്റ്റാൻലി മിൽഗ്രാമിന്റെ വരികളിൽ ധ്വനിക്കുന്നത്. സുരേന്ദ്രന്റെ നോവൽ അവസാനഭാഗമെത്തുമ്പോൾ, ഒരു ജനത - അവരുടെ പ്രതിനിധിയായ യോഹന്നാൻ - വിഘ്നങ്ങളെ മറികടന്ന് പ്രകൃതിയുടെ ശാന്തതയിലേക്കും മാനവികമായ സമാധാനത്തിലേക്കും തിരിച്ചു പോവുന്നത് എങ്ങനെയെന്നു വിവരിക്കുന്നു. പ്രത്യാശയുടെ നാളുകളിലേക്കുള്ള സ്നേഹനിർഭരമായ കൺതുറക്കലായിട്ടാണ് അത് അനുഭവപ്പെടുക. ഓട്ടുമണിയുടെ ചരടിൽ ആഞ്ഞാഞ്ഞുവലിച്ച്, വിമോചനത്തിന്റെ മണി മുഴക്കുമ്പോൾ ഭയാനകമായ ശബ്ദത്തോടെ പാരതന്ത്ര്യത്തിന്റെ ഇരുൾപ്പാളികൾ അവിടെ നിലംപതിക്കുന്നു. മായാജാലമെന്നോണം, യോഹന്നാന്റെ മുകുതിലെ കൂന് അപ്രത്യക്ഷമാവുകയും ചെയ്യുന്നു! കാലം ചലനാത്മകമാകുന്നതോടെ ഒരിക്കൽ കൈവിട്ടുപോയ പ്രകൃതിയുടെ ശാലീനഭാവങ്ങൾ വീണ്ടെടുപ്പു തുടങ്ങുന്നു.

('അധുനികാനന്തര മലയാള നോവൽ' - പ്രസാ: കേരള സാഹിത്യ അക്കാദമി, തൃശ്ശൂർ)

അനുബന്ധം

സ്വപ്നങ്ങൾ നഷ്ടപ്പെട്ട പുരുഷാരം

കെ.വി. അനിൽ

ഉൽപാദന-വിതരണ സമ്പ്രദായത്തിൽ സ്വീകരിക്കേണ്ട നൂതനവാണിജ്യതന്ത്രത്തിന്റെ വ്യക്തമായ അന്വേഷണമാണ് പുതിയ വ്യവസായപാഠങ്ങൾ. കമ്പോളങ്ങൾ കണ്ടെത്തുന്നതിൽ നിർമ്മാതാക്കൾ കാണിക്കുന്ന കൗതുകവും ഉപഭോക്താവിന്റെ മാനസികലോകത്ത് കപ്പംകൊടുത്ത് കച്ചവടകേന്ദ്രം ഉറപ്പിക്കുന്നതിനായി രൂപപ്പെടുത്തുന്ന പരസ്യങ്ങളും ഇടക്കണ്ണികളും ചേർന്ന ചരിത്രമാണ് ആധുനിക സാമൂഹ്യപാഠം. മനുഷ്യരാശിയുടെ സ്വാഭാവികപരിണാമങ്ങളെ കാലഞരമ്പുകൊണ്ടു ബന്ധിച്ച് സൂക്ഷ്മമായ സാമൂഹ്യസാദ്ധ്യതകളെ തങ്ങളുടെ പരിധിയിലൊതുക്കി ഭരിക്കപ്പെടുന്നവർക്ക് എത്തിപ്പിടിക്കാനാവാത്ത വിധം ഭരണം ക്രമപ്പെടുത്തുകയാണ് ഉന്നതാധികാരം. മതത്തിന് ഈ ഘടനയിൽ വ്യക്തമായ സ്വാധീനമുണ്ട്. ഭരണാധികാരികൾ എന്നും മതത്തിന്റെ പരിധിയിലേ നിന്നിട്ടുള്ളൂ. വ്യവസായവും രാഷ്ട്രീയവും മതവും തീർത്ത അതിർത്തിക്കുള്ളിൽ തളയ്ക്കപ്പെട്ട ജനതയുടെ വർത്തമാനകാല പരിതോവസ്ഥയുടെ പരിച്ഛേദമാണ് പി. സുരേന്ദ്രന്റെ 'സാമൂഹ്യപാഠം'. വ്യവസായസംസ്കൃതിയുടെ കപടനാട്യത്തിനും രാഷ്ട്രീയോപജാപവരുതിക്കും മതാധികാരത്തിന്റെ ആത്മപീഡകൾക്കും തളച്ചിടാനാവാത്ത മനുഷ്യമനസ്സിന്റെ മൂർത്തമായ ആവിഷ്കാരമാകുന്നു ഈ കൃതി. വ്യക്തമായ ദർശനസാധ്യതകൾ വച്ചുപുലർത്താതെ സങ്കല്പസുന്ദരമായ വിമാനത്തിൽ സഞ്ചരിക്കുന്നതിലെ അയുക്തികത പുതിയ നോവലിന്റെ ദർശനപരമായ അരാജകത്വത്തെയാണ് വിളിച്ചോതുന്നത്. രക്ഷകനായ കൂനൻ യോഹന്നാൻ ജനതയുടെ കണ്ണുനീർ വീണു കുതിർന്ന മണ്ണിൽനിന്നും കൂനും നിവർത്ത് പുതിയ കാലം സൃഷ്ടിക്കുന്നുവെന്ന് നോവലിസ്റ്റ് ചിത്രീകരിക്കുമ്പോൾ

ആത്മാർത്ഥത രൂപപ്പെടുത്തിയ ഭ്രമകല്പനയായേ അതിനെ വായിച്ചെടുക്കാനാവുകയുള്ളൂ. അധികാരങ്ങളുടെ ഭീതിദമായ വാഴ്ചയ്ക്കു കീഴിൽ പിടയുന്ന മനുഷ്യജീവിതം പ്രതീകങ്ങളിലൂടെ അവതരിപ്പിക്കുകയാണ് സുരേന്ദ്രൻ. നിഷ്കളങ്കരായ ജനതയുടെമേൽ വന്നുപതിക്കുന്ന നിർബന്ധിതാധികാരത്തെ അവതരിപ്പിക്കുവാൻ തെരഞ്ഞെടുത്തത് 'സ്കൂൾ' എന്ന പശ്ചാത്തലമാണ്. അധികാരബന്ധങ്ങളുടെ സൂക്ഷ്മമായ ഘടനയിലേക്ക് മനുഷ്യന്റെ ബുദ്ധിയും ശരീരവും ക്രമേണ എത്തിക്കുന്നതിനുള്ള ബാലപാഠങ്ങൾ നൽകാൻ പറ്റിയ ഉപാധി 'സ്കൂൾ' ആണെന്ന് സമർത്ഥമായി നോവലിസ്റ്റ് മനസ്സിലാക്കിയിരിക്കുന്നു. പാഠപുസ്തകങ്ങളിൽ അച്ചടിക്കുന്നത് പ്രമാണമാക്കുന്ന സാംസ്ക്കാരികഘടനയെ അധികാരത്തിന്റെ വരുതിയിൽ കൊണ്ടുവരാൻ സ്കൂൾ വിദ്യാഭ്യാസത്തിന് കനത്ത സാദ്ധ്യതയുണ്ടെന്ന് അധികാരികൾ തിരിച്ചറിഞ്ഞിരിക്കുന്നു.

അത്ഭുതങ്ങളുടെയും കൗതുകങ്ങളുടെയും ലോകത്തുനിന്നു വരുന്ന പക്വമാകാത്ത മനസ്സുകളിൽ നിർബന്ധിതവിദ്യാഭ്യാസം കടത്തിവിടുന്ന വൈദ്യുതാഘാതം ദൂരവ്യാപകമായ ഷണ്ഡത്വമാണ് സൃഷ്ടിക്കുക. കൃത്രിമതയും കപടതയും നിറഞ്ഞ സമൂഹത്തിന്റെ പൊതുധാരയിൽ ലയിച്ച് സ്വത്വം നഷ്ടപ്പെട്ട ജനതയായി പരിവർത്തിപ്പിക്കുകയാണ് സാമൂഹ്യപാഠംകൊണ്ട് ഭരണാധികാരികൾ ഉദ്ദേശിക്കുന്നത്.

സ്നേഹപൂർണ്ണമായ ജീവിതത്തിന്റെ പാരസ്പര്യമായിരുന്നു പ്രകൃതിയും കുട്ടികളും. മനുഷ്യർക്ക് അപ്രാപ്യമായ ശബ്ദങ്ങളുടെ സംഗീതത്തിലേക്ക് പ്രകൃതി അവരെ നയിച്ചു. അവയോട് നിരന്തരം സംസാരിച്ചാണ് അവരുടെ ഭാഷ രൂപപ്പെട്ടത്. ഇപ്പോൾ കൈമാറ്റം ചെയ്യപ്പെട്ട അടിമകളെപ്പോലെ അവർ അന്ധകാരത്തിന്റെ അറകളിലേക്ക് മാറ്റപ്പെട്ടിരിക്കുന്നു. വ്യവസായവത്കൃതധാരയിലേക്കുള്ള പ്രവേശമായും ജനാധിപത്യത്തിന്റെ പുകമറയ്ക്കുള്ളിലകപ്പെടലായും മതാധികാരത്തിന്റെ തമോമണ്ഡലത്തിൽ എത്തിപ്പെടലായും ഈ പരിസ്ഥിതിമാറ്റത്തെ വായിച്ചെടുക്കാം. ഘടികാരരഹിതമായ ലോകത്തുനിന്നു വന്നവരെ സമയത്തിന്റെ നാലതിർത്തിക്കുള്ളിൽ തളച്ചിടുകയായിരുന്നു ആദ്യപാഠത്തിന്റെ ലക്ഷ്യം. അനുസരണയുടെ ബാലപാഠങ്ങൾ സമയബോധത്തിൽനിന്നാണ് പിറവികൊള്ളേണ്ടതെന്ന് അധികാരികൾ ഗ്രഹിച്ചിരുന്നു. സമയബന്ധിതപരിപാടികളുടെ കാലസങ്കല്പത്തിനുള്ളിൽ ക്ലിപ്തമായ സാദ്ധ്യതകൾകൊണ്ടു രൂപപ്പെടുത്തുന്ന യന്ത്രവത്ക്കരിക്കപ്പെട്ട (Mechanized) ജീവിതങ്ങളുടെ താളക്രമം ആധുനികസാഹി

ത്യകാരന്മാരെ പീഡിപ്പിച്ച വിഷയമായിരുന്നു. (ഒ.വി. വിജയന്റെ 'ചെങ്ങന്നൂർവണ്ടി'യും മറ്റും.) ആധുനികാനന്തര നോവലുകളാകട്ടെ സമയനിഷ്ഠത സവിശേഷവിഷയമായി രൂപപ്പെടുത്തിയെടുത്തിരിക്കുന്നു.

"സ്കൂളിന്റെ മുറ്റത്തു പിരിയിടപോലെ ഉയരത്തിൽ നാട്ടിയ കമ്പിയും വളയവും. ആ വളയത്തിന്മേലാണ് ഓട്ടുമണി കുരുക്കിയിട്ടത്. ഓട്ടുമണിയുടെ നാവിൽനിന്ന് കാലഞരമ്പു താഴേക്കു തൂങ്ങിനിന്നു. അധികാരത്തിന്റെ സ്പർശത്തിലൂടെ ചലിക്കേണ്ട ജീവൻ അതിലാണു ബന്ധിച്ചുനിർത്തിയത്. ഒരിക്കലും കുട്ടികൾക്കതു കൈയെത്തിപ്പിടിക്കാൻ കഴിയരുതെന്ന് പ്രത്യേകം ശ്രദ്ധിച്ചിരുന്നു." (1991:19)

കാലവ്യവഹാരങ്ങളുടെ നിർമ്മിതിയും നിയന്ത്രണവും കൊണ്ട് മനുഷ്യന്റെ ഭൗതികതയെ മാത്രമല്ല ആദ്ധ്യാത്മികതയെയും ബന്ധിപ്പിക്കുന്നു. ഇതിലെ 'ഓട്ടുമണി' എന്ന സൂചകം കാലബോധം എന്ന സുചിതത്തിലേക്കു വികസിക്കുന്നു. കാലബോധം ജനിപ്പിച്ച താളക്രമം തെറ്റിക്കാനുള്ള വ്യവസായതന്ത്രമെന്നോണം ഓട്ടുമണി നിശ്ചലമായപ്പോൾ കൂനൻ യോഹന്നാൻ പുതിയ കാലപ്രവാഹത്തെ എത്തിപ്പിടിക്കാൻ മണി മുഴക്കുന്നു. അധീശവർഗ്ഗത്തിന്റെ കുത്തകയെന്നു ധരിക്കപ്പെട്ട ഓട്ടുമണി ജനതയുടെ മോചനത്തിന്റെ നാഴികമണിയായി പരിവർത്തനം ചെയ്യുന്നതിലെ വിപ്ലവബോധമാണ് ഈ കൃതിയുടെ ആന്തരതലം.

ഭാഷ രൂപപ്പെടുന്നതിന്റെ ഭൗതികപശ്ചാത്തലം ജനതയുടെ ചരത്രാവസ്ഥയും ആവശ്യവും മേളിക്കുന്നിടത്താണ്. ബൂർഷ്വാ സിവിൽ സമൂഹത്തിലേക്കു പറിച്ചുമാറ്റപ്പെടുമ്പോൾ പരമ്പരാഗതമായി അനുവർത്തിച്ചുപോന്ന വികലരീതികൾ മാറ്റുകയാണ് വേണ്ടത്. നിയതമായ വ്യവഹാരമണ്ഡലത്തിൽനിന്ന് കൃത്രിമമായ വ്യവഹാരത്തിലേക്കു മാറ്റപ്പെടുമ്പോൾ ഇത് അനിവാര്യമാകുന്നു.

"ഈ സ്കൂളിലെ പാഠങ്ങൾ പഠിച്ചുകഴിഞ്ഞാൽ നിങ്ങളുടെ ശരീരവും ഇതുപോലെ വെളുത്തിരിക്കും. പക്ഷേ, ഇവിടത്തെ പാഠങ്ങൾ പഠിക്കാൻ നിങ്ങളുടെ ഭാഷ മാറ്റണം. നിങ്ങൾ സംസാരിക്കുന്ന ഭാഷ ഈ സ്കൂളിനു ചേർന്നതല്ല." (1991:69)

സ്വാഭാവികമായ അറിവിന്റെ ബാലപാഠങ്ങൾ ഉപേക്ഷിച്ച് യാന്ത്രികതയുടെ നിഷ്ഠുരത അനുഭവിക്കുന്ന യന്ത്രവത്കൃതസമൂഹത്തിലേക്കു കടന്നുചെല്ലാനുള്ള പരസ്യോപാധിയാണ് ഭാഷയുടെ ഈ നവീനത്വം.

ഭരണാധികാരികൾ പാഠപുസ്തകങ്ങളിൽ ചരിത്രം തിരുത്തുന്നു.

കൃത്രിമമായി സൃഷ്ടിച്ചെടുത്ത അശ്വമേധമായി ചരിത്രത്തെ പരിണമിപ്പിക്കുന്നു. അലംഘനീയമായ ചരിത്രസത്യങ്ങൾ അനുസരിപ്പിക്കുന്നതിലേക്ക് പടയോട്ടങ്ങളുടെ കഥകൾ ആവർത്തിച്ചു പറയുന്നു.

"ഗ്രാമത്തിലെ അധികാരിയെ ധിക്കരിച്ചതിന് അവനെ കൃഷിഭൂമിയിലൂടെ കെട്ടിവലിച്ചതും എന്നിട്ടും അധികാരിയെ അനുസരിക്കാതിരുന്നപ്പോൾ കണ്ണുകൾ രണ്ടും ചൂഴ്ന്നെടുത്തു പിടയുന്ന ശരീരം ശൂലങ്ങളിൽ തറച്ച് എല്ലാ ജനങ്ങൾക്കും കാണാനായി കുന്നിന്മേൽ നാട്ടിയതും ചത്തഴുകിയ അവന്റെ ശരീരം കഴുകന്മാർ കൊത്തിവലിച്ചതും..." (1991:22)

ഒരേ സമയത്ത് ക്രിസ്തുവിന്റെയും പ്രൊമിത്യൂസിന്റെയും പീഡനങ്ങളെ അനുസ്മരിപ്പിക്കുന്ന ചലനചിത്രമാണിത്. ചരിത്രം, ധിക്കാരിയുടെ വിലാപ്പുറങ്ങളിൽ കുന്തമിറക്കുകയും കഴുകനെ വിട്ട് കരൾ കൊത്തിപ്പറിക്കുകയും അതുകണ്ട് അട്ടഹസിക്കുകയും ചെയ്യുന്നു. അനന്തരതലമുറയ്ക്ക് പാഠമാക്കാൻ ചേർത്തിരിക്കുകയാണ് ഈ ചിത്രം. ചിരന്തനമൂല്യങ്ങളെ ഭേദ്യങ്ങൾക്കു വിധേയമാക്കുമ്പോഴുള്ള ഭീതിദമായ രോദനം മുഴക്കുകയാണ് സുരേന്ദ്രൻ.

ദുരന്തകഥകൾ കുരുന്നുമനസ്സുകളിൽ മരവിപ്പു സൃഷ്ടിക്കുന്നു.

"അസ്വസ്ഥതയുടെ വിളർത്ത മുഖങ്ങളിലേക്കു നോക്കി മാസ്റ്റർ ചിരിച്ചു." (1991:23)

ചരിത്രത്തിന്റെ സംവാഹകനായ അദ്ധ്യാപകൻ ജനതയിൽ ഭീതിയുടെ കരിനിഴൽ വീഴ്ത്തി ചിരിക്കുന്ന സാഡിസ്റ്റായി രൂപാന്തരപ്പെടുന്നു. കീഴാളരുടെ നിലനില്പുതന്നെ അപകടപ്പെടുത്തുന്ന ക്രൂരനീതിയാണ് സാമൂഹ്യപാഠത്തിലൂടെ ഭരണാധികാരികൾ ചെയ്യുന്നത്.

"സാമൂഹ്യപാഠം പഠിക്കാൻ തുടങ്ങിയാൽ മറ്റൊന്നിനെക്കുറിച്ചും ഓർക്കരുത്... സാമൂഹ്യപാഠം തുടങ്ങിയാൽ ആർക്കും തൂറാൻ തോന്നരുത്." (1991:34)

അധികാരകേന്ദ്രീകരണത്തിന് ഏകാധിപത്യം അടിച്ചേൽപ്പിക്കുന്ന ദിവ്യനീതിക്കു വശംവദരാക്കുകയെന്നത് ഭരണവർഗ്ഗത്തിന്റെ അടിസ്ഥാനാവശ്യമാണല്ലോ.

നോവലിൽ ആവർത്തിച്ചുവരുന്ന പാൽപ്പൊടി, അഭയമുദ്ര, മണി തുടങ്ങിയ ചിഹ്നങ്ങൾ അധികാരത്തിന്റെ വിവിധ തലങ്ങളുടെ സൂചകങ്ങളാണ്. മയക്കുമരുന്നുപോലെ പ്രവർത്തിക്കുന്ന പാൽപ്പൊടി ചരിത്രംതന്നെ. അഭയമുദ്ര ഉന്നതാധികാരത്തിന്റെ പരമോന്നതചിഹ്നമവും, മണി കാലബോധവും. അഭയമുദ്രയുടെ ഹൃദയരേഖയിലാണ് സമ്മ

തിദാനം രേഖപ്പെടുത്തേണ്ടത്.

അധികാരം നിലനിർത്താൻ വ്യവസായികളെയും മതാചാര്യന്മാരെയും പ്രീണിപ്പിക്കേണ്ടതുണ്ട്. ഇന്ത്യൻ പശ്ചാത്തലത്തിൽ കൂടുതലും. മതാധികാരം ഭരണാധികാരമായി രൂപപ്പെടുകകൂടി ചെയ്തപ്പോൾ ഈ പൊതുധാരണ കൂടുതൽ ദൃഢമായി.

“നേതാജി സ്വാമിമാരെ അനുസരിക്കുന്നതുപോലെ അവർ നേതാജിയെയും അനുസരിച്ചിരുന്നു. പങ്കുകച്ചവടത്തിലെ പരസ്പരവിശ്വാസംപോലെയായിരുന്നു ഈ ബന്ധം.” (1991:54)

ഈ അധർമ്മം തിരിച്ചറിഞ്ഞ യോഹന്നാനാണ് ഉപഭോക്താക്കളുടെ ഉയിർത്തെഴുന്നേൽപ്പിനു പിന്നിൽ പ്രവർത്തിച്ച മനുഷ്യയത്നം. അവന്റെ കൂന് ഈ തിരിച്ചറിവിന്റെ ചിഹ്നമാണ്. അവന്റെ പുസ്തകത്തിന്റെ നിറം ചുവപ്പാണ്. അവൻ നിയമനിഷേധിയുമാണ്. “ദൈവത്തിന്റെ പുസ്തകത്തില് നോക്യാല് മനുഷ്യേന്മാർക്ക് എന്താ കാണാൻ പറ്റ്വാ സാർ?” എന്ന് അവൻ ചോദിക്കുന്നു. മനുഷ്യർക്കുള്ള പുസ്തകമല്ല കുട്ടികൾ സ്വപ്നങ്ങൾ നഷ്ടപ്പെട്ട പുരുഷാരമായി പരിണമിച്ചപ്പോൾ അവർക്കു സഹായഹസ്തം നൽകിയത് പ്രവാചകനായ കൂനൻ യോഹന്നാനാണ്. കൂമൻതോടിന്റെ കരയിലെ കൈതക്കാട്ടിൽനിന്നും ആണ്ടുകൾ കഴിഞ്ഞാലും സുഗന്ധം നശിക്കാത്ത അപൂർവ്വമായ കൈതപ്പൂ അവർക്കുവേണ്ടി പറിച്ചുകൊണ്ടുവരാമെന്ന് യോഹന്നാൻ പറഞ്ഞു. ഒരുപക്ഷേ, തനിക്കിതൊന്നും നല്കാനാവില്ലെന്ന് അവനറിയാം. വിപ്ലവകാരികൾക്ക് തന്റെ ദൗത്യത്തെക്കുറിച്ചുള്ള അഹംബോധമാണ് ഈ വിശകലനം.

നിയതമായ തത്വസംഹിതകളുടെ നാലതിർത്തിക്കുള്ളിൽ നിന്നുകൊണ്ട് അധികാരത്തെ അപഗ്രഥിക്കാനാവില്ലെന്ന് ‘സാമൂഹ്യപാഠം’ അറിയിക്കുന്നു. സമയബന്ധിതചലനങ്ങളുടെ പുറമേ നിന്നുകൊണ്ട് മാത്രമേ ജനതയുടെ മോചനം സാദ്ധ്യമാകൂ എന്ന് ആധുനികാനന്തര സാഹിത്യകാരൻ മനസ്സിലാക്കുന്നു. അവർ കാലബോധത്തിന്റെ മണി മുഴക്കുന്നത് പുതിയ മാനവികതയുടെ ശംഖനാദമായിട്ടാണ്. ആധുനികാനന്തരനോവലിസ്റ്റിന്റെ സ്വത്വം ഇവിടെ അനാവൃതമാകുന്നു.

(നോവൽ: ബോധവും പ്രതിബോധവും - ഡി.സി. ബുക്സ്)